பங்குச் சந்தைகளில்

ஆசை, பயம், ஏமாற்றல்கள்

பங்குச் சந்தைகளில்
ஆசை, பயம், ஏமாற்றல்கள்

சோம வள்ளியப்பன்

SPECIFICS

Title : Pangusanthaigalil Aasai, Bayam, Yemaatralgal
Author's Name : Soma Valliappan

Published by ZDP Specifics

ZDP
SPECIFICS

ZDP Specifics
(An imprint of Zero Degree Publishing)
No.75 & 76, I Floor, Kuppusamy Street,
Balaji Nagar, Padi,
Chennai - 600050

Website: www.zerodegreepublishing.com
E Mail id: zerodegreepublishing@gmail.com
Phone: 89250 61999

ZDP Specifics First Edition : January 2026
ISBN : 978-93-47206-54-2
TITLE NO ZDPS :130

Rs. 190/-

Layout: G.Selvakumar
Cover Design: Vijayan, Creative Studio
Printed at Rathna Offset, Chennai, India

நண்பர் பங்குச்சந்தை வ. நாகப்பனுக்கு

பொருளடக்கம்

முன்னுரை

நான் எழுதிய பங்குச் சந்தை புத்தகங்களில் இது வித்தியாசமான புத்தகம். காரணம், அள்ள அள்ளப் பணம் வரிசை புத்தகங்களில் (மொத்தம் 10), பங்குகள் என்றால் என்ன, பங்குச் சந்தை எப்படி நடக்கிறது, எப்படி வாங்க வேண்டும், எப்போது விற்க வேண்டும், என்னவெல்லாம் செய்யக்கூடாது என்பது போன்றவற்றை விளக்கங்களாகப் பரிந்துரைகளாக எழுதியிருப்பேன். எனவே, அவை புதியவர்களுக்கும், புரிந்துகொள்ள விரும்புகிறவர்களுக்குமான புத்தகங்கள். ஆனால். இந்தப் புத்தகம் அப்படிப்பட்டதல்ல.

இது, ஒருவிதத்தில் அந்தக் காலத்து 'டுடோரியல் காலேஜ்' போல. பொதுவாக கல்லூரிகளில் படிப்பவர்கள், தேர்வுகள் எழுதி குறிப்பிட்ட ஆண்டுகளுக்குப் பிறகு, வெற்றிகரமாக வெளியே போவார்கள். தேறாதவர்களில் சிலர், தொடர்ந்து முழுநேரம் படிப்பதற்காக, 'டுடோரியல் காலேஜ்' போவார்கள்.

இந்தப் புத்தகம் கிட்டத்தட்ட 'டுடோரியல் காலேஜ்' போன்றது. பங்குச்சந்தையில் பல ஆண்டுகளாக இயங்கியும் பெரிய லாபம் பார்க்காதவர்கள். அல்லது தொடர்ந்து நட்டப்பட்டுக்கொண்டிருப்பவர்கள் படிக்க வேண்டிய, தெரிந்து கொள்ள வேண்டிய தகவல்கள் அடங்கிய புத்தகம்.

நான் மிக வேகமாக எழுதிய புத்தகங்களில் இதுவும் ஒன்று.

சில ஆண்டுகளுக்கு முன்பு, அசோசியேஷன் ஆஃப் நேஷனல் எக்சேஞ்சஸ் மெம்பர்ஸ் ஆஃப் இந்தியா, சுருக்கமாக ஆன்மீ *(ANMI)* என்கிற அமைப்பில் பேசுவதற்காக ஜனவரி 2019ல் என்னை அழைத்து இருந்தார்கள்.

சென்னையில் நடந்த அந்தக் கூட்டத்தில் சுமார் 75 நபர்கள் கலந்துகொண்டிருக்கலாம். நான் பேசியது, 'எமோஷனல் மற்றும் ரேஷனல் டெசிசன்ஸ் இன் ஸ்டாக் மார்க்கெட்' என்பது.

'அறிவுபூர்வமாகவும் உணர்வுபூர்வமாகவும் பங்குச் சந்தையில் நாம் எடுக்கும் முடிவுகள்' என்ற அந்த தலைப்பிற்காகப் படித்தேன், பிறரிடம் பேசி விவரங்கள் தெரிந்துகொண்டேன். உரை நன்றாகப் போனது அதைவிட கேள்வி பதில்கள் கூடுதல் நேரம் எடுத்துக் கொண்டது.

நான் உணர்வு மேலாண்மையில் முனைவர் பட்ட ஆய்வு செய்திருக்கிறேன். அதனால் எனக்கு அது குறித்து தெரியும். ஆனால், 'பிஹேவியரல் எக்கனாமிக்ஸ்' என்பது புதிதாக இருந்தது. அதற்குப் பிறகு சிங்கப்பூரில் நடந்த ஒரு முதலீட்டாளர்கள் கூட்டத்திற்காக சென்னையில் இருந்து ஆன்லைனில் பேசினேன் அதற்காகவும் சில தகவல்கள் தேடி எடுத்திருந்தேன்.

ஸீரோ டிகிரி பப்ளிகேஷன்ஸ் திரு. ராம்ஜீ நரசிம்மன் 2025 நவம்பர் மாதம் என்னிடம் பேசியபோது, "இந்த ஆண்டு புத்தகக் காட்சிக்கு ஏதாவது புதிய புத்தகங்கள் தருகிறீர்களா?" என்று கேட்டார். அதுவரை அப்படி ஒரு திட்டம் இல்லை. ஆனால், அவர் கேட்டது மனதில் ஓடிக்கொண்டே இருந்தது.

2025, டிசம்பர் ஒன்றாம் தேதி எழுத ஆரம்பித்தேன். அவருக்குத் தகவல் சொல்லிவிட்டேன். நிச்சயமாக புத்தகக் காட்சிக்கு கொண்டு வந்து விடலாம் என்று கூறினார்.

உடனடியாக என்னுடைய அந்த மேலே குறிப்பிட்ட இரண்டு உரைகளுக்கான தயாரிப்புத் தாள்களை எடுத்தேன். புத்தகம் விறுவிறுவென்று 15 நாட்களில் முடிந்துவிட்டது.

இவற்றில் சொல்லியிருக்கும் பல தவறுகளை நான் செய்திருக்கிறேன். அவை குறித்து நான் அறிந்திருந்தாலும், எல்லாத் தவறுகளையும் எல்லா நேரங்களிலும் கவனமாகத் தவிர்க்க இயலவில்லை.

என்னைக் காட்டிலும் கூடுதலாக நடைமுறைப்படுத்தக் கூடியவர்கள் இருக்கிறார்கள் என்பது என் நம்பிக்கை. அப்படிப்பட்ட வாசகர்கள் என்னைச் சந்தித்திருக்கிறார்கள். விவரங்கள் கூறியிருக்கிறார்கள். எனவே, எழுதும்போது

எதையும் குறைப்பதில்லை. தவறவிடுவதில்லை. தெரிந்தவற்றை, உணர்ந்தவற்றை எல்லாம் எழுதுகிறேன்.

திரு. ராம்ஜீ நரசிம்மன் அவர்களுக்கு நன்றி.

வாழ்த்துகள்

சோம வள்ளியப்பன்
11.12.2025

1. வருவது எதற்காக?

எதற்காக பங்குச்சந்தைக்கு வருகிறோம்?

இங்கிலாந்து போன்ற தேசங்களில், கிரிக்கெட் விளையாடுகிறவர்களை அமைச்சூர் மற்றும் ப்ரொபஷனல் கிரிக்கெட் ஆடுபவர்கள் என்று வகை பிரித்துச் சொல்வதுண்டு.

நம்மூரில் சொல்வது போலச் சொல்லவேண்டுமென்றால், 'ஸ்ட்ரீட் கிரிக்கெட்' ஆடுபவர்கள் மற்றும் 'ப்ரொபஷனல் கிரிக்கெட்' ஆடுபவர்கள் என்று வகை பிரித்துச் சொல்லலாம்..

அமைச்சூர் என்ற சொல் இங்கிலாந்தில் உருவாகி இருக்க வேண்டும். அங்கே ஆரம்ப காலங்களில் பெரிய பணக்காரர்கள் பொழுதுபோவதற்காக மற்றும் அந்தப் பொழுதுபோக்கும் நேரம் உடம்பில் வெயில் பட வேண்டும் என்ற காரணத்திற்காக கிரிக்கெட் விளையாடினார்கள். அதுவும் ஆரம்ப காலங்களில் டெஸ்ட் கிரிக்கெட் 7 நாட்கள் ஆட்டம். எனவே விளையாடுவதில்தான் அவர்களுக்கு ஆர்வம். அதில் வெற்றி பெற வேண்டும், சாதனைகள் செய்ய வேண்டும் என்பதெல்லாம் தொடக்கத்தில் கிடையாது.

இவ்வாறு நாம், நம் ஊரில் பல்லாங்குழி, சதுரங்க விளையாட்டு, பெண் பிள்ளைகள் விளையாடும் சில்லு. குறிப்பாக, 'ரைட்டா தப்பா?' பையன்கள் விளையாடும் பம்பரம், கில்லி தாண்டு, கோலி போன்றவை எல்லாம் பொழுதுபோக்குக்காக விளையாடப்பட்டவை. மற்றபடி, அவற்றில் பெரிய சாதனைகளோ

தொடர் வெற்றிகளோ அவர்களுக்கு முக்கியமில்லை. அதனால் அந்த வெற்றி தோல்விகளைக் கணக்கு வைத்துக்கொள்வதெல்லாம் இல்லை.

அதற்கடுத்த காலத்தில் பிள்ளைகள் தெருவில் விளையாடும் 'ஸ்டிரீட் கிரிக்கெட்'. அவர்கள் அதை யாரிடமும் போய் கற்றுக் கொள்வதில்லை. விளையாட ஆரம்பிம்பிப்பார்கள். தெரிந்த விதம் விளையாடுவார்கள். சிலர் நன்றாக விளையாடுவார்கள். சிலர் சுமாராக விளையாடுவார்கள். மொத்தத்தில், அவர்கள் அவர்களுடைய மகிழ்ச்சிக்காக விளையாடுவார்கள். வேறு ஒன்றும் முக்கியமில்லை.

நாடகங்களில் நடிப்பவர்களிலும் சிலரை 'அமைச்சூர் ஆர்டிஸ்ட்' என்று சொல்வதுண்டு. அமைச்சூர் என்றால், பகுதி நேரம் செய்பவர்கள். அதை ஒரு தொழில் முறை வேலையாக எடுத்துக்கொண்டு செய்யாதவர்கள். அவர்களுடைய ஆர்வம் காரணமாக, மன மகிழ்ச்சிக்காக, திருப்திக்காக மட்டும் செய்பவர்கள். அதைக் கற்றுக்கொள்ள பள்ளி, கல்லூரிகளுக்கும் சென்று படிக்காதவர்கள்.

மேலே பார்த்த அனைத்திற்கும் இடையே ஓர் ஒற்றுமை இருப்பதைப் பார்க்கலாம். அது, தன்னிடம் இருக்கும் நேரம் மற்றும் பணம் இரண்டையும் செலவழித்து, மகிழ்ச்சியாக இருப்பது. கவனிக்க வேண்டியது நேரம் தவிர பணத்தையும் செலவழித்து என்பதை.

சிலர், திரைப்படங்களில் கதாநாயகனாக நடிக்க வேண்டும் என்பதற்காக அவர்களே படம் தயாரிப்பார்கள். மற்ற நடிகர்கள் அனைவருக்கும் அவர்கள் பணம் கொடுப்பார்கள். அந்தப் படம் தயாரிக்க ஆகும் செலவைக் காட்டிலும் குறைவாகத்தான் அவை வசூல் செய்யும் என்பதும் அவர்களுக்குத் தெரியும். அனேகமாக நட்டம்தான் ஆகும் என்பது தெரிந்தும் கூட அதைச் செய்வார்கள். காரணம், முன்பு பார்த்ததேதான். அது அவர்கள் திருப்திக்காக..

ஆக, பணத்தை செலவழித்து, திருப்தியாக இருப்பது.

இதே விளையாட்டுகளில் ஆடுவதை, நாடகங்களில் நடிப்பதை,, படம் தயாரிப்பதையெல்லாம் பணம் பண்ணுவதற்காக செய்பவர்கள் உண்டு. முன்பு பார்த்ததற்கு நேர்மாறான குறிக்கோள் கொண்டவர்கள். அவர்களை தொழில்முறை விளையாட்டு வீரர்கள், தொழில்முறை நடிகர்கள் மற்றும் தொழில்முறை திரைப்படத் தயாரிப்பாளர்கள் எனும் பொருள்பட, 'ப்ரொபஷனல்ஸ்' என்பார்கள்.

தொழில் முறை கிரிக்கெட் ஆடுபவர்கள். கால்பந்து ஆடுபவர்கள் கூடைப் பந்தாடுபவர்கள் எல்லாம் மேலை நாடுகளில் மட்டுமல்ல. இந்தியாவிலும் உண்டு.

இவர்கள் அவர்கள் வாழ்வாதாரத்திற்காக, வாழ்க்கையில் சம்பாதிப்பதற்காக வேறு எதுவும் செய்யாமல், இவற்றையே ஒரு தொழில் போல கருதி, சில பல ஆண்டுகள் பயின்று, மேன்மை அடைந்து, இவற்றின் மூலம் பணம் சம்பாதிப்பார்கள்.

இங்கிலாந்தில் கிரிக்கெட் ஆட ஆரம்பித்தபோது அமைச்சூர்கள்தான் ஆடினார்கள். ஆனால் பிறகு, ஆட்டங்களை சுவாரசியமாக்க, அவர்களோடு சேர்ந்து சில 'ப்ரொபஷனல்' ஆட்டக்காரர்களையும் விளையாட்டில் சேர்த்துக்கொண்டார்கள்.

'ப்ரொபஷனல்' க்கு மட்டும் பணம் கிடைக்கும். அமைச்சூர்களுக்கு இல்லை எனப்து மட்டுமில்லை. திருப்திக்காக ஆடுபவர்கள், ஆகும் மற்ற செலவுகளை ஏற்றுக்கொள்வது தவிர, 'ப்ரொபஷனல்' ஆட்டக்காரர்களுக்குக் கொடுக்கவேண்டிய பணத்தையும் அவர்கள்தான் கொடுப்பார்கள்.

நம் ஊர்களிலும் ஏகப்பட்ட நாடக சபாக்கள் உண்டு. அவற்றில் சண்முகம் அண்ணாச்சி நடத்தியது, ஆர்.எஸ். மனோகர்,

எம்.ஆர். ராதா, சோ, எஸ்.வி. சேகர், காத்தாடி ராமமூர்த்தி போன்ற சிலர் நடத்தியவை தவிர, மற்ற எண்ணிலடங்கா குழுக்கள் நடத்திய நாடகங்களுக்கு வசூலாகும் தொகைகளில் இருந்து முழு நாடகச் செலவையும் செய்ய முடியாது. அதனால், அதில் நடித்தவர்களுக்கு பணம் கொடுப்பது சிரமம் இயலாது.

அவர்கள் ஆசைக்காக மட்டுமே நடித்துக்கொண்டிருந்தார்கள். ஆனால், அந்த நாடகங்களுக்குக் கூட்டம் வர வேண்டும் என்றால், அந்த நாட்களில் ஓரளவேனும் பிரபலமாக இருந்த சில துணை நடிகர், நடிகைகள் ஒரு சில காட்சிகளிலாவது வரவேண்டும். அதைப் போஸ்டர்களில் போட வேண்டும். அப்படி வந்து நடித்துக்கொடுப்பவர்களுக்கு ஊதியம் கொடுப்பார்கள்.

திரைப்படங்களிலும் இந்த முறை உண்டு. சில பிரபலமில்லாதவர்கள் கதாநாயகனாக நடிக்க, வடிவேலு, விவேக் போன்றவர்கள் உடன் நடித்த சில திரைப்படங்களைப் பார்த்திருக்கிறோம்.

ஆக, சொல்ல வருவது, மக்கள் எத்தனையோ விடயங்களை அவர்களது திருப்திக்காக, மன மகிழ்ச்சிக்காகச் செய்கிறார்கள். அப்படிப்பட்டவற்றுக்காக அவர்கள் சம்பாதித்த பணத்தை செலவு செய்கிறார்கள். அதனும் திருப்தியுறுகிறார்கள். அதே விடயத்தை வேறு சிலர் முறையாகக் கற்றுக்கொண்டு, ஒரு தொழில் போல, ஒரு சம்பளம் பெற்றுத் தருகிற வேலை போல நேர்த்தியாகச் செய்கிறார்கள்.

'என்ன இது! பங்குச் சந்தை குறித்த புத்தகம் என்றல்லவா நினைத்தேன். வேறு எதையோ சொல்லிக்கொண்டிருக்கிறீர்களே!' என்று கேட்கலாம்.

நீங்கள் கேட்பது சரிதான். ஆனால், காரணமில்லாமல் இதையெல்லாம் சொல்லவில்லை. அந்தக் காரணம், அடுத்து நான் கேட்கும் கேள்வியைப் படித்ததும் புரிந்துவிடும்.

நீங்கள் பங்குச் சந்தைக்கு வந்தது அல்லது வருவது எதற்காக?

அமெச்சூர் ஆட்கள் போல, உங்கள் திருப்திக்காகவா? அல்லது புரபஷனல் ஆட்கள் போல பணம் பண்ணவா?

அமெச்சூர் ஆட்கள்தான், அவர்கள் பணத்தைப் போட்டு ஆடுவார்கள், நடிப்பார்கள். புரபஷனல்ஸ் நேரமும் உழைப்பும்

கொடுப்பார்களே தவிர, அவர்கள் பணத்தை அல்ல.

உங்களில் சிலர் சில பல ஆண்டுகளாக பங்குச் சந்தையில் இருக்கலாம். வர்த்தகத்தில் ஈடுபட்டு, முதலீடுகள் செய்து, கூடவே நிறைய புத்தி கொள்முதலும் செய்துகொண்டிருப்பீர்கள். அதெல்லாம் சரி.

நிகரமாக பணம் செய்திருக்கிறீர்களா? உங்கள் 'ஸ்டாக் மார்க்கெட் பெர்பார்மென்ஸ்' என்ன?

அப்படியே பணம் செய்திருந்தாலும் நீங்கள் போட்ட முதலுக்கு ஏற்ற அளவு உங்களுக்கு அதிலிருந்து வருமானம் வந்திருக்கிறதா? நீங்கள் போட்ட உழைப்பு, நேரம் ஆகியவற்றுக்கு ஏற்ற லாபம் கிடைத்ததா?

ஒரு முதலீட்டாளர்கள் கூட்டத்தில் நான் இந்த அத்தியாயத்தின் தலைப்பைத்தான் கேள்வியாகக் கேட்டேன்.

"நீங்கள் எதற்காக பங்குச்சந்தைக்கு வருகிறீர்கள்? அல்லது வந்திருக்கிறீர்கள்?"

அந்தக் கூட்டம் கலகலப்பாக போனதற்கும், பங்கேற்பாளர்கள் தொடர்ந்து சிரித்ததற்கும் காரணம், நானே அவர்களில் சிலர் சார்பாகச் சொன்ன பதில்கள்தான்.

முதலாவதாக நான் சொன்னது,

"உங்களுக்கு வேறு வேலை. இல்லை சும்மா இருக்கிறீர்கள். ஏதாவது செய்ய வேண்டும் என்பதற்காக பங்குச்சந்தைக்கு வந்திருக்கிறீர்கள். சரிதானே?"

அடுத்தது,

"பங்குச்சந்தை என்பது உங்களைப் பொறுத்தவரை ஒரு போட்டி போல. உங்களுடைய போட்டியாளர், சந்தை. நீங்கள் அவரை வெல்ல வேண்டும். உங்களுக்குத் தேவைப்படுவது, வெற்றி. நீங்கள் ஏதாவது டிரேடு செய்து லாபம் அடைந்தால், அது உங்களுடைய வெற்றி. உங்கள் 'செல் எஸ்டீம்' எனப்படும் சுய மதிப்பை பங்குச் சந்தையில் தேடுகிறீர்கள்."

"மூன்றாவது வகை மக்களே! நீங்கள் பங்குச் சந்தைக்கு வந்திருப்பதற்கான காரணம், உங்களுக்கு பங்குச் சந்தை

குறித்து ஓரளவு தெரிந்துவிட்டது. டெக்னிக்கல் அனாலிசிஸ், ஃபண்டமெண்டல் அனாலிஸ், இ பி எஸ் போன்றவை எல்லாம் உங்களுக்குப் புரிகிறது. அதன் காரணமாக, நீங்கள் உங்களுக்குத் தெரிந்தவற்றையெல்லாம் செய்து பார்க்க, முயற்சிப்பதற்காக வந்திருக்கிறீர்கள்."

நான்காவது வகையினரே, நீங்க, 'சும்மா செய்து பார்க்கலாமே. என்னதான் ஆகிவிடும்!' என்று பலவற்றையும் முயற்சி செய்து பார்க்கிற ஆர்வம் காரணமாக வந்திருக்கிறீர்கள். ஓட்டல்களை வித்தியாசமான உணவை ஆர்டர் செய்து பிடிக்கிறதோ பிடிக்கவில்லையோ சாப்பிடுபவர்கள் போன்றவர்கள் நீங்கள்.

ஐந்தாவது வகையினர், "இங்கே பலரும் பணம் பண்ணியிருப்பதாகத் தெரிகிறது. இப்படி ஒரு வாய்ப்பு இருக்கும்போது, நான் ஏன் இதைத் தவறவிட வேண்டும்? நிச்சயமாக பங்குச்சந்தையில் பணம் பண்ணுவதற்காகத்தான் நான் வந்திருக்கிறேன்" என்பவர்கள்.

முதல் நான்கு வகையினரும் அமெச்சூர் போலதான். அவர்கள் பணம் பண்ணவில்லை. பங்குச் சந்தையில் இயங்குபவர்களில் பெரும்பாலானவர்கள் இந்த நான்கில் வருபவர்கள்தான்.

அவர்கள் எங்கேயாவது போய் முறையாகக் கற்றுக் கொண்டார்களா? முறையாக அது குறித்துப், படித்தார்களா, செய்து பழகினார்களா?

கேள்விப்பட்டார்கள். உள்ளே வந்தார்கள். யாரோ சொன்னதை வாங்கினார்கள். பணம் வரும் என்று பார்த்தார்கள். சிலருக்கு வந்தது, பலருக்கு வரவில்லை. இரண்டு சாராருமே தொடர்ந்து செய்வதை விடவில்லை. செய்கிறார்கள், செய்கிறார்கள். செய்துகொண்டே இருக்கிறார்கள். கூடவே பணத்தை இழக்கிறார்கள், இழக்கிறார்கள். இழந்துகொண்டே இருக்கிறார்கள். அப்படியென்றால் அவர்கள் அமெச்சூர் ஆட்களா அல்லது புரொபஷனல் ஆட்களா?

எல்லோரும் அப்படி அல்ல என்பது உண்மைதான். ஆனால், எத்தனை பேர் அப்படியில்லை என்பதுதான் கேள்வி.

பலருக்கும் அவர்கள் செய்துகொண்டிருப்பது என்ன என்று தெரியாது. மொத்தக் கணக்கை பார்க்க மாட்டார்கள். அதை ஆங்கிலத்தில், 'செல்ப் டினையல்' என்பார்கள். நமக்கு பிடிக்காததை நாம் ஏற்றுக்கொள்வதில்லை. அவர்களது குறைகளை எடுத்துச்

சொன்னால் ஏற்றுக்கொள்ள மாட்டார்கள். மறுப்பார்கள். பங்குச் சந்தையில் ஏற்படும் நட்டங்களையும் இப்படித்தான் பெரிது படுத்தாமல், சாதாரணமாகக் கடந்து போவார்கள்.

இதுவரை கூட சரிதான். ஓரளவோடு நிறுத்திக்கொண்டால் சரி. பெரிய பணம் வைத்திருப்பவர்கள், அவ்வப்போது கொஞ்சம் வெற்றிலை போடுவது போல, சில பங்குகளை வாங்கி சிறிய நட்டம் என்றாலும் விட்டுவிடுவார்கள். கவனிக்க மாட்டார்கள். அது அவர்களைப் பெரிதாக பாதிக்காது. அப்படிப்பட்ட சிலர் அதை தொடர்ந்து செய்வதில்லை.

இதுபோல *1960* களில் பெருமைக்காக, குதிரைப் பந்தயம் என்ற 'ரேஸ்'க்கு சென்னைக்கும் ஊட்டிக்கும் போன பணக்காரர்கள் இருந்தார்கள். அது, அவர்களுக்குப் பணக்காரர் என்பதற்கு ஓர் அடையாளம் போல. அதற்காகக் கொஞ்சம் செலவு என்பது போலச் செய்தார்கள்.

எவராவது, 'எனக்குப் பொழுதுபோகவில்லை. நடிப்பு வருகிறது. ஆர்வம் இருக்கிறது. பகுதி நேரத்தில் செய்கிறேன். கொஞ்சம் செலவாகிறதுதான். அதனால் என்ன! என்று செய்தால் அது தவறல்ல. நல்லதுதான். ஆனால், அதில் அதிக ஈடுபாடு காட்டி, தொடர்ந்து பணம் செலவழித்து, அதன் காரணமாக நிறுவனத்தில் அடிக்கடி விடுப்பு எடுத்து, வேலைபோகிற நிலை வந்தால்? குடும்ப வியாபாரம் அல்லது தொழிலை கவனிக்காமல் விட்டு, அது கெட்டுப் போய்க்கொண்டிருந்தால்?

பங்குச் சந்தைக்கு வருகிற சிலரின் கதை அதுதான். எல்லோருக்கும் இல்லை. ஆனால், கணிசமானவர்களுக்கு இது நடக்கிறது. அதுவும் விடாமல் டிரேட் செய்பவர்களுக்கு.

சிகரெட்டு, மது, போதைப்பொருட்கள் போன்ற சிலவற்றைத் தொட்டுவிட்டால், அவை தொட்டவரை விடாது. ஈர்க்கும், இழுக்கும். தொடர்ந்து செய்யத் தூண்டும். பிறகு, 'அதைச் செய்யாமல் முடியாது' என்கிற நிலைக்குக் கொண்டு போய்விடும்.

முன்பெல்லாம், திருமண நிகழ்வுகளில், உறவினர்கள் கூடுகிற போது, நண்பர்களோடு சும்மா இருக்கிற நேரங்களில், ரயில் பயணங்களில் எல்லாம் சிலர் சீட்டு விளையாடுவார்கள். அவையெல்லாம் பொழுதுபோக்கிற்காக. அவர்களில் பலர் காசு

வைத்து விளையாடுவதில்லை. அப்படி காசு வைத்தாலும் மிக சிறிய தொகைகளை வைத்து விளையாடுவார்கள். அதனால் பெரிய வெற்றி பெறுவதோ பெரிய நட்டமடைவதோ கிடையாது.

இப்போதும் கூட சிலர் பயணம் செய்கிறபோது, கைபேசியிலோ (ஸ்மார்ட் போன்) அல்லது கணினியிலோ ஒருவராகவே இரு பக்கமும் ஆடும் சீட்டு விளையாட்டு ஆடுகிறார்கள்.

ஆனால், சீட்டு ஆட ஆரம்பிக்கிற சிலர், அதில் மாட்டிக்கொள்கிறார்கள். குடிப்பழக்கம் போல அதுவும் பலரை அடிமைப்படுத்தி விடுகிறது. அதை ஆடாமல் முடியாது என்கிற நிலைக்கு அவர்கள் போய்விடுகிறார்கள்.

அதற்காக வேலைக்குப் போகாமல் விடுப்பு எடுக்கிறார்கள். பணம் வைத்து விளையாடுகிறார்கள். தோற்கிறார்கள். கடன் வாங்குகிறார்கள். மீண்டும் விளையாடுகிறார்கள். அதேபோன்ற, ‘இந்த முறை ஜெயித்துவிடலாம்’ என்கிற எதிர்பார்ப்பு. மீண்டும் ஆட்டம். மீண்டும் தோல்வி. மீண்டும் நட்டம். திரும்பத்திரும்ப. எத்தனை முறை செய்தாலும்! அவர்களுக்கு புத்தி வருவதில்லை. காரணம், அவர்களுடைய அறிவை டோப்பியம் போன்ற ‘மகிழ்ச்சி தரும் உள்ளிருந்தே ஊறும் சில ரசாயனங்கள்’ நனைத்து விடுகின்றன.

ஆன்லைன் ரம்மி இதை மேலும் எளிமை ஆக்கியது தவிர, மனிதர்களோடு ஆடாமல் மிகச் சிறந்த ரம்மி ஆட்ட புரோகிராம்களுடன் ஆட வைக்கிறது. தாங்கள் ஆடுவது அதிபுத்திசாலி எந்திரத்துடன் என்று அறியாமல் தொடர்ந்து தோற்கிறார்கள்.

கிரெடிட் கார்டு என்று மற்றொரு நவீன கால அரக்கன் தற்காலிகமாக பணம் கடனாகக் கொடுக்க, ஆன்லைன் ரம்மி என்னும் வில்லனிடம் வீழ்கிறார்கள். சமாளிக்க முடியாமல் நிஜ உலக வாழ்க்கையிலிருந்து வெளியேறி தப்பித்துவிடலாம் என தற்கொலை செய்து கொள்கிறார்கள்.

இவற்றிலிருந்து சிறிய அளவில்தான் சிலருடைய பங்குச் சந்தை மயக்கமும் மோகமும் வேறுபடுகிறது என்றால் நம்ப முடிகிறதா?

தற்செயலாக கேள்விப்பட்டு, பங்குச்சந்தைக்குள் வந்து, அதிலும் குறிப்பாக, ‘வாங்கி, விற்கிற’ டிரேடர்ஸ் மற்றும் பியூச்சர் அண்ட்

ஆப்ஷன்ஸ் பிளேயர்ஸ், லாபமோ, நட்டமோ, உதறித்தள்ளிவிட்டு, அடுத்தடுத்து என்று தொடர்ந்து ஆடி, பெரிய நட்டமடைகிறார்கள்.

இவர்களில் பெரும்பாலானவர்கள், நல்ல வேலையில் இருக்கிறார்கள். கணிசமான அளவு ஊதியம் கிடைக்கிறது. அதனால் அவர்களுக்கு அவர்களுடைய நட்டம் பெரிய தொந்தரவாக மாறவில்லை. அடுத்தடுத்த டிரேடுகளில் பணத்தை பெற்று விடலாம் என்பது போல தொடர்ந்து ஆடிக்கொண்டிருக்கிறார்கள்.

போதாததற்கு யூடியூப், டெலிகிராம் போன்ற ஊடகங்கள் மூலம், "இப்படிச் செய்யலாம். அப்படிச் செய்யலாம். இது ஒரு பெரிய முறை. சரியாகச் செய்தால் பெரும் பணம் அல்லலாம்" என்பது போல சிலர் இவர்களைத் தூண்டிக்கொண்டே இருக்கிறார்கள். அதிலும் ஆப்ஷன் டிரேடிங் இவர்களை அதிகம் ஈர்க்கிறது. சிவிங் டிரேட் போன்ற முறைகளும்.

இதில் ஆபத்து என்னவென்றால் வேலைக்குப் போகிறவர்கள் மட்டுமல்ல. படித்துக்கொண்டிருக்கிற பல மாணவர்களும் இப்படிப்பட்ட டிரேடிங்கில் ஈடுபடுகிறார்கள் என்பது எனக்கு சமீபத்தில் தெரியவந்த அதிர்ச்சி.

ஒரு டென்டல் கல்லூரி மாணவர்களிடம், பைனான்சியல் வெல்நெஸ் பற்றிப் பேச என்னை அழைத்தார்கள். வருமானம், செலவு, சேமிப்பு, முதலீடுகள் போன்றவற்றைப் பற்றிக் கூறிவிட்டு, கேள்வி பதில் பகுதிக்கு நகர்ந்தேன். பலரும் கேள்வி கேட்கவில்லை. ஆனால், சிலர் கேட்டதெல்லாம், ஆப்ஷன் டிரேடிங் மற்றும் ஸ்விங் டிரேடிங் பற்றி தான்.

அவர்கள் படித்துக்கொண்டே இன்டர்ன் ஆக, பகுதி நேர வேலை செய்வதில் கிடைக்கிற அனைத்து பணத்தையும் டிரேடிங்கில்தான் ஈடுபடுத்திக்கொண்டிருக்கிறார்கள் என்று அவர்களோடு தொடர்ந்து பேசியதில் தெரியவந்தது. "இதுவரை நீங்கள் சம்பாதித்தது என்ன? என்று கேட்டேன். அவர்களிடம் பதில் இல்லை. ஆனால், இன்னும் நிறைய கற்றுக்கொண்டு நிச்சயமாக பணம் பண்ன முடியும் என்று நம்புகிறார்கள் என்று தெரிந்தது.

என்னடா இது! எல்லாம் நட்டப்பட்ட கதைகளாக இருக்கின்றன!! அப்படியென்றால், பங்குச் சந்தையில் அள்ள அள்ளப் பணம் இல்லையா? லாபம் பார்கிறவர்கள் இல்லையா? என்று கேட்கலாம்,

நல்ல நிறுவனப் பங்குகளை வாங்கி, தொடர்ந்து பல ஆண்டுகளுக்கு வைத்திருந்து, அவர்கள் போட்ட பணம் பலமடங்கு உயர்ந்து, செல்வம் சேர்த்தவர்கள் ஏராளமானவர்கள் இருக்கிறார்கள். பங்குகள் மூலமே சிலர் சம்பாதித்திருக்கும் தொகைகளைத் தெரிந்து கொண்டு வியப்படைந்திருக்கிறேன்.

பெரும் பணம் ஈட்டியவர்களை யூடியூபில் பார்க்கிறோமே! அவர்களே பேசுகிறார்களே! கோடிகளில் சம்பாதித்ததாகச் சொல்கிறார்களே! வகுப்புகள் எடுக்கிறார்களே! என்றெல்லாம் தோன்றலாம்.

டிரேடிங் மூலம் மட்டுமே பெரும் பணம் செய்தவர்களை நான் சந்தித்தது இல்லை. அப்படிச் சொல்பவர்களை நானும் யூடியூபில்தான் பார்க்கிறேன்.

"ஆனாலும் அப்படி சிலர் இருக்கலாம். திரைப்பட ஹீரோ ஆவதற்காக, சம்பளம் தந்த வேலையை விட்டுவிட்டு வந்தவர்களில் எத்தனை பேர் சூப்பர் ஸ்டார் ஆனார்கள்?"

"ஒருவர் ஆனாரா இல்லையா?"

"ஒருவர்தானே ஆனார்! மற்றவர்கள் நிலை? வாழ்க்கை?

எல்லா மனிதர்களுக்கும் உணர்வுகள் உண்டு. அவை நாம் செய்யும் எல்லா செயல்களிலும் தாக்கம் கொடுக்கும். பங்குச்சந்தைகளில் வாங்குவது விற்பது போன்ற நம் முடிவுகளிலும் அவற்றின் தாக்கம் உண்டு. இயல்பாக நமக்கு இருக்கிற ஆசை, பயம், குற்ற உணர்வு போன்ற உணர்வுகள் நம்முடைய எல்லா செயல்பாடுகளிலும் எதிரொலிப்பது போல, பங்குச்சந்தையில் நாம் எடுக்கிற முடிவுகளிலும் எதிரொலிக்கும்.

பங்குச் சந்தையில், குறிப்பாக டிரேடிங் செய்யும் பலரும் ஏன் பணத்தை இழக்கிறார்கள்? எதெல்லாம் தடுக்கிறது போன்றவற்றை இனி சற்று விரிவாகப் பார்க்கலாம்.

2. டிரேடர் தவறுகள்

2. a) வாங்கி, விற்று, வாங்கி...

பவணந்தி முனிவர் எழுதிய, நன்னூல் என்கிற சிறப்பான தமிழ் இலக்கண நூலில், பொதுவாக கல்வி கற்க வரும் மாணவர்கள் எப்படிப்பட்டவர்கள் என்று குறிப்பிடப்பட்டிருக்கிறது. அவர்களில் மூன்று வகையினர் உண்டாம்.

அந்தப் பாடல்:

> **அன்ன மாவே மண்ணொடு கிளியே**
> **இல்லிக் குடமா டெருமை நெய்யரி**
> **அன்னர் தலையிடை கடைமா ணாக்கர்.**

சில மாணாக்கர்கள் அன்னப் பறவை போன்றவர்கள். அவர்கள் ஆசிரியர் சொல்வதில் உள்ள நல்லனவற்றைப் பிரித்து எடுத்துக்கொள்வார்கள். அதே போல அவர்கள் நல்லதைத் தேர்ந்து மேயும் பசு போலக் கூட. ஆசிரியரின் சொற்களைத் தெளிவாகப் புரிந்துகொண்டு நல்லவற்றைக் கிரகிப்பார்கள்.

அடுத்த வகையினர், இடை மாணாக்கர்கள். அவர்கள், விதை போட்டால் முளைக்கும் மண் போலவும், ஆசிரியர் சொல்பவற்றைப் புரிந்துகொண்டு, திருப்பிச் சொல்லக்கூடிய கிளி போன்றவர்களும் ஆவர்.

மிகச் சுமாரான, கடை மாணாக்கர்கள், தண்ணீரை அதனுள் வைத்துக்கொள்ளாத இல்லிக்குடம் மற்றும், வேறுபாடு தெரியாமல்,

மேய்ச்சல் நிலத்தில் உள்ள எதையும் உண்டுவிடும், ஆடு, எருமை போன்றவர்கள். மற்றும் பனை மரத்தில் கள் இறக்கக் கட்டப்படும் பன்னாடை எவ்வாறு, (கள் போன்ற) நல்லதை (!) விட்டுவிட்டு, அதில் விழும் புழு, பூச்சிகள், குப்பைகள் போன்ற சக்கையை வைத்துக்கொள்ளுமோ, அப்படிப்பட்டவர்கள். ஆசிரியர் சொல்வதை சரியாகப் புரிந்துகொள்லாமல், நல்லனவற்றை விட்டுவிட்டு, வேறு எதை எதையோ வைத்துக்கொள்வார்கள்.

பங்குச்சந்தையில் தொடர்ந்து பல ஆண்டுகளாக ஈடுபட்டு வரும் மக்களை இப்படி மூன்று வகைகளாக பிரித்தால் எப்படி இருக்கும்?

முதல் வகையினர், நல்ல பங்குகளாக சேர்ந்து வாங்கி தொடர்ந்து பல ஆண்டுகள் வைத்திருந்து லாபம் பார்ப்பவர்கள்.

இரண்டாவது வகையினர், சில நல்ல பங்குகளையும் சில சாதாரணப் பங்குகளையும் வாங்கி, சிலவற்றைக் கூடுதல் காலமும், வேறு சிலவற்றை உடனேயும் விற்று, ஓரளவு லாபம் பார்ப்பவர்கள்.

மூன்றாவது வகையினர் பவணந்தி முனிவர் சொல்லும் இல்லிக்குடம் போன்றவர்கள். ஓட்டைக் குடத்தில் எதுவும் நிற்காது என்பது போல, இவர்கள் ஏராளமான வேலைகள் செய்வார்கள். படிப்பார்கள். கூட்டங்களுக்குப் போவார்கள், கேள்விகள் கேட்பார்கள். புரிந்துகொள்வார்கள். வீடியோ பார்ப்பார்கள். பிறகு பங்குச்சந்தையில் வாங்குவார்கள், விற்பார்கள். மீண்டும் அதையே கூட வாங்குவார்கள். மொத்தத்தில் நாள் தோறும் ஏதாவது செய்துகொண்டே இருப்பார்கள்.

இப்போதெல்லாம் 'டிஜிட்டல் காண்ட்ராக்ட்' ஆகிவிட்டது. நான் திருச்சியில் பணியிலிருந்த காலத்தில் பார்த்திருக்கிறேன். *XXXXXX* என்று ஒரு நிறுவனம். அந்த நிறுவனத்தை நடத்தியவர் ஒரு நிறுவனத்தில் மேலாளராகப் பணிபுரிந்தார். அவருடைய மனைவி அந்த நிறுவனத்தைப் பார்த்துக்கொண்டார். அவர்கள் சொந்தத்திற்கு பங்கு வாங்கினார்களா இல்லையா என்று தெரியாது. ஆனால், அவர்களிடம் பங்கு வாங்குபவர்களுக்கு மாதாமாதம் கற்றைக் கற்றையாய் காண்டிராக்ட்டுகள் போகும். அப்படிப் பெற்றவர்களில் நானும் ஒருவன்.

அவ்வளவு வாங்குதல் விற்றல்கள் நடைபெறும். அத்தனையிலும் அவர்களுக்கு ஒரு சதவீதம் அல்லது இரண்டு சதவீதம்

புரோக்கரேஜ். சில சமயங்களில் மூன்று சதவீதம் கூட புரோக்கரேஜ் கிடைக்கும். கிடைப்பது என்ன கிடைப்பது! அவர்கள் அதை எடுத்துக் கொண்டுதான் மீதத்தைத் தருவார்கள்.

அதேபோலத்தான் சென்னையில் மயிலாப்பூரில் ஒரு தனியார் பங்கு தரகு நிறுவனம். அங்கே சுமதி என்று (பெயர் மாற்றி எழுதுகிறேன்) ஒரு பெண்மணி, டீலர் பணியில் இருப்பார். தொலைபேசியில் அழைத்து, 'இதை வாங்குங்கள்' 'அதை விற்று விடுங்கள்' என்று எதைச் சொன்னாலும், கர்ம சிரத்தையாகச் செய்வார். அவ்வப்போது வாங்கியது, விற்றது பணம் கொடுத்தது குறித்த ஸ்டேட்மெண்ட்கள் தயாரித்து, "நீங்கள் இவ்வளவு பணம் கொடுக்க வேண்டும்" என்று கேட்பார். ஒவ்வொரு முறையும் பணம் அனுப்பிக்கொண்டே இருப்பார் அந்த வாடிக்கையாளர்.

வாங்கியது விற்றதில், பல ஆண்டுகள் நட்டம் மட்டும்தான். ஆனாலும், ஒருநாளும் அவரை, "நீங்கள் ஏன் இவ்வளவு வாங்கி விற்கிறீர்கள்? எல்லாம் நட்டமாக வருகிறது" என்று சுமதி கேட்கவே மாட்டார். சுமதி மட்டுமல்ல. அவருடைய முதலாளி ரமேஷும், அவற்றையெல்லாம் பார்ப்பார். அவரும் சொல்ல மாட்டார். அவர்கள் கேட்பதெல்லாம் "நீங்கள் கொடுக்க வேண்டிய பணத்தை உடனடியாகக் கொடுத்து விடுங்கள்" என்பது மட்டும்தான். எங்கேயாவது எதையாவது விற்று அல்லது கடன் வாங்கிக்கொடுத்தவர்களும் உண்டு.

ரமேஷுக்கும் சுமதிக்கும் என்ன பிரச்சினை! அவர்களைப் பொறுத்தவரை அது, வியாபாரம். கிடைப்பது, வருமானம்.

நான், சென்னையில் ஓர் பங்குச்சந்தை நிறுவனத்தில் மனிதவள துறையில் பணியாற்றிய போதும் இப்படிப் பார்த்திருக்கிறேன். புதிதாக விற்பனை அதிகாரிகளை (சேல்ஸ் பர்சன்) வேலைக்கு எடுப்போம். அவர்களுக்கு பங்குச்சந்தை நிறுவனத்தின் தலைமை அதிகாரி கொடுக்கிற இலக்கு, ஒவ்வொரு விற்பனை நபரும் மாதம் குறைந்தது ஐந்து புதிய வாடிக்கையாளர்களைக் கூட்டி வர வேண்டும். அந்தக் காலகட்டத்தில் அதாவது 2005, 6, 7 போன்ற ஆண்டுகளில் அப்படி கூட்டி வரப்படுகிற ஒவ்வொரு வாடிக்கையாளரும், ரூபாய் 30,000 பணத்தைக் கட்டிவிட்டுதான் வர்த்தகம் செய்ய வேண்டும்.

டீலர்கள் என்று அழைக்கப்படுகிற வேறு ஊழியர்கள், அதற்குரிய தேர்வு எழுதி வந்திருப்பார்கள். அவர்கள் நிறுவனத்தின் கம்ப்யூட்டர் டெஸ்க்கில் ஒளிரும் என் எஸ் சி டெர்மினலில், ஸ்கிரீனில் பார்த்து, வாடிக்கையாளர்களுக்காக பங்குகள் வாங்குவார்கள் விற்பார்கள். புதிதாக சேர்க்கப்பட்ட வாடிக்கையாளர்களுக்கு எதை வாங்குவது எதை விற்பது என்று தெரியாது. அதையும் டீலர்களே அல்லது டீலர்கள் சொல்லி விற்பனை நபர்களே பரிந்துரைப்பார்கள்.

அவர்களுக்கு பரிந்துரைகள் கொடுப்பது அதே நிறுவனத்தில் பணியாற்றுகிற ஒரு டெக்னிக்கல் ரிசர்ச் அனலிஸ்ட். அவர் சந்தையைக் கவனித்து, எதை வாங்கலாம் எதை விற்கலாம், எதில் லாப வாய்ப்பு இருக்கிறது என்று முடிவு செய்வார். அதை குறுஞ்செய்திகளாக நிறுவனத்தில் பணிபுரியும் டீலர்களுக்கும் சேல்ஸ் நபர்களுக்கும் அனுப்புவார்.

அவற்றை விடாமல் பின்பற்றி, ஒவ்வொரு நாளும் வாடிக்கையாளர்களுக்காக, பரிந்துரைக்கப்பட்ட பங்குகளை வாங்கி, விற்று, லாபமோ நட்டமோ செய்துகொண்டே இருப்பார்கள். பெரும்பாலும் நட்டமாக இருப்பதைப் பார்த்திருக்கிறேன். அப்படி வருகிற பரிந்துரைகளை டிரேடிங் டெஸ்கில் இருக்கும் டீலர்கள் பயன்படுத்தியாக வேண்டும். அப்படி பயன்படுத்துகிறார்களா இல்லையா என்பதை நிறுவனத்தில் கண்காணிப்பார்கள், கணக்கெடுப்பார்கள்.

இப்படியாக அவர்கள் கொடுத்த மொத்த முப்பதாயிரம் ரூபாய் பணம், புரோக்கரேஜ், வரிகள் மற்றும் நட்டங்களாகத் தீர்ந்த பிறகு, வேறு பணம் கொண்டு வரச் சொல்வார்கள். ஒரு பாப்கார்ன் பாக்கெட்டை எடுத்து முழுவதும் தின்றுவிட்டு அடுத்த பாக்கெட்டை எடுப்பது போல.

விட்டதை பிடிப்போம் என்று மேலும் பணம் கொண்டுவரும் வாடிக்கையாளர்கள் உண்டு. அதோடு, ‘போதுமடா சாமி’ என்று ஒதுங்கிவிடுகிற நபர்களும் உண்டு.

அடுத்த மாதமும் விற்பனை நபர்கள், புதிய வாடிக்கையாளர்களை பணத்தோடு கொண்டு வர வேண்டும். இப்படியாக, ஒவ்வொரு மாதமும் பல புதிய வாடிக்கையாளர்களின் முப்பது, முப்பதாயிரம்

ரூபாய்கள் நட்டங்களாக கரைந்துபோகும். அந்த நட்டங்களுக்குள் ஒளிந்திருப்பது முன்பே பார்த்தது போல, நிறுவனத்தின் தரகு கமிஷன், மற்றும் மத்திய மாநில அரசுகளுக்கு செலுத்தவேண்டிய வரிகள்.

ரீசர்ச் அனலிஸ்ட்டுகள், டீலர்கள் மற்றும் விற்பனையாளர்களைப் பொறுத்தவரை, இப்படி எல்லாம் செய்வது அவர்களுடைய வேலை. அதற்குத்தான் அவர்களுக்கு சம்பளம் கொடுக்கப்படுகிறது. இப்படி நடந்துகொள்ளாவிட்டால், அவர்களுக்கு வேலை போய்விடும்.

சில ஆய்வுக் கூட்டங்களில், 'நாம் இப்படிச் செய்வதைவிட அந்த வாடிக்கையாளர்களுக்கு லாபம் கிடைக்கிற விதமாக ஒரு சில டெலிவரி வர்த்தகங்களை மட்டும் செய்ய வைப்போமே! அந்த வாடிக்கையாளர்கள் லாபம் சம்பாதித்தால்தானே நம்மோடு தொடர்ந்து இருப்பார்கள்!! ஏன் நாம் புதிய புதிய வாடிக்கையாளர்களைத் தேடிக்கொண்டு இருக்கவேண்டும்? இந்த வாடிக்கையாளர்களையே பனம் பண்ண, அதன் மூலம் அதிக வியாபாரம் செய்ய வைக்கலாமே' என்றெல்லாம் சொல்லிப் பார்த்திருக்கிறேன். வியாபார நிறுவனங்களில் அப்படிப்பட்ட அறிவுரைகள் சொல்பவர்களை விரும்பமாட்டார்கள்.

ஏதும் தெரியாமல் பங்குச் சந்தைக்குள் வருகிற நபர்கள் இப்படியாக, வேறு எங்கோ சம்பாதித்த பணத்தை அல்லது வேறு எங்கும் முதலீடு செய்திருந்த பணத்தை கூடுதல் லாபம் கிடைக்கும் என்று எண்ணி, பங்குச்சந்தைக்குள் வந்து, அவர்களுக்கு வருகிற குறுஞ்செய்திகள் மற்றும் தகவல்கள் அடிப்படையில், நிறுவனத்தின் மூலமாகவோ அல்லது நிறுவனத்தின் இணையதளம் மூலமாகவோ அவர்களே வர்த்தகம் செய்வார்கள். அவர்களுக்கு வர்த்தக நேரம் தொடங்கியதில் இருந்து தொடர்ந்து குறுஞ்செய்திகள் போய்க்கொண்டே இருக்கும். எதை வாங்கலாம் எதை விற்கலாம் என்ற பரிந்துரைகள் வந்து வெள்ளமெனப் பாயும்.

இறுதியில் கணக்குப் பார்த்தால், நிறைய வியாபாரம் நடந்திருக்கும். ஆனால், வாடிக்கையாளருக்கு லாபமிருக்காது. நட்டம் இருக்கலாம். அவர்கள் நிலையைப் பார்த்தால், பட்டுக்கோட்டை கல்யாணசுந்தரம் எழுதிய, ஒரு தமிழ்த் திரைப்படப் பாடல்தான் நினைவு வரும்.

“காடு விளைஞ்சது மச்சான். நமக்குக் கையும் காலும்தானே மிச்சம்!”

அவர்கள் நிலையை விளக்குவதற்கு மற்றொரு ஆங்கிலப் பழமொழியும் உதவும். சில நபர்களை பற்றிச் சொல்லும் பொழுது ‘லாட் ஆப் ஆக்டிவிட்டீஸ். பியு அக்கம்ப்ளிஸ்மென்ட்ஸ்’ என்பார்கள்.

‘ஏராளமான நடவடிக்கைகள். ஆனால், குறைந்த சாதனைகள்’ என்பது அதன்பொருள். அடிக்கடி வாங்கி விற்கும் டிரேடர்களையும் இப்படிச் சொல்லலாம்.

★

அடிக்கடி வாங்கி விற்பவர்கள் நட்டமடைகிறார்கள் என்று பார்த்தோம். அவர்களுடைய நட்டங்களில் ஒரு பகுதி, அவர்கள் வாங்கி விற்கிற பங்குகளின் விலை வேறுபாடு. மற்றொரு பகுதி, தரகு நிறுவனங்கள் வசூலிக்கும் தரகுக் கட்டணங்கள். மூன்றாவது பகுதி, ஒவ்வொரு வர்த்தகத்திற்கும் அரசாங்கங்களுக்குக் கொடுக்க வேண்டிய வரி. இவை குறித்து பலருக்கும் பெரிய கவனம் இல்லை. அது குறித்து கவனப்படுத்துவதற்காக அடுத்த பகுதி.

2. b) 'ஸீரோ புரோக்கரேஜ்' உண்மையா?

இதற்கு மிக எளிதாக ஆம் இல்லை என்று பதில் சொல்லிவிட முடியாது. காரணம், பல்வேறு தரகு நிறுவனங்களும் பல்வேறு விதமான 'ப்ராடக்டு' களுக்கு வெவ்வேறு விதமான தரகு கமிஷன் வசூலிக்கிறார்கள்.

ஸீரோதா-Zerodha

தான் -Dhan

அப்ஸ்டாக்ஸ்-Upstox

க்ரோ- Groww

ஆகிய நிறுவனங்கள் 2025 நிலவரப்படி, பங்குகள் வாங்கி டெலிவரி எடுத்தால் மற்றும் பங்குகள் விற்று டெலிவரி கொடுத்தால், அவற்றுக்கு தரகுக் கமிஷன் வசூலிப்பதில்லை. ஸீரோ புரோக்கரேஜ்.

ஆனால், அதே நிறுவனங்கள் அன்றைக்கே வாங்கி விற்கும் அல்லது விற்று வாங்கும் 'இன்ட்ரா டே ஈக்விட்டி' வர்த்தகங்களுக்கு ரூபாய் 20 அல்லது 0.3% இது இரண்டில் எது குறைவோ, அதை வசூலிக்கிறார்கள்.

ஃபியுசர்ஸ் அண்ட் ஆப்ஷன் வாங்குதல் விற்றல் ஆகிய ஒவ்வொரு ஆர்டருக்கும் ரூபாய் 20 மட்டும் தரகு கமிஷனாக வசூலிக்கிறார்கள்.

ஏஞ்சல் ஒன், 5 பைசா போன்ற தரகு நிறுவனங்களும், ஈக்குவிட்டி டெலிவரிக்கு ஸீரோ புரோக்கரேஜ். மற்றவற்றுக்கு, குறைந்த அளவு ஒரு தொகை என்று வைத்திருக்கிறார்கள்.

கூடுதல் புரோக்கரேஜ்

கீழ்க்கண்ட நிறுவனங்கள் ஈக்குவிட்டி டெலிவரிக்கு 0.3 முதல் 0.8 % வரை புரோக்கரேஜ் வசூலிக்கிறார்கள்.

பெரிய அளவுகளில் டெலிவரிக்கு வாங்குபவர்கள் கட்ட வேண்டிய தொகை நிச்சயம் அதிகமாக இருக்கும். உதாரணத்திற்கு லட்சம் ரூபாய்க்கு பங்குகள் வாங்கினால், ரூபாய் 300 முதல் 800 வரை புரோக்கரேஜ் கட்ட வேண்டும். அந்த புரோக்கரேஜ் மீது ஜிஎஸ்டி வரி வந்து 18 சதவீதம். அதைச் சேர்த்தால் ரூபாய் 354 முதல் 944 வரை புரோக்கரேஜ் மட்டும்.

அதே ஈக்குவிட்டி டெலிவரி புரோக்கரேஜ் நிறுவனங்களில் வாங்கினால் அந்த அளவு தொகை மிச்சம்.

இப்படியாக ஈக்குவிட்டி டெலிவரிக்கு புரோக்கரேஜ் வாங்கும் சில நிறுவனங்கள்:

ஷேர்ஜான் - Sharekhan

மோடிலால் ஓஸ்வால்- Motilal Oswal

ஐசிஐசிஐ டைரெக்ட் - ICICI Direct

எச்.டி.எப்.சி செக்யூரிடீஸ் - HDFC Securities

ஆக்சிஸ் டைரெக்ட் - Axis Direct

கோட்டக் செக்யூரிடீஸ் - Kotak Securities

இந்த புரோக்கரேஜ் என்பது செபி என்கிற கண்காணிப்பு ஆணையம் அனுமதிக்கிற ஒன்றுதான் ஆனாலும்கூட மற்ற பல நிறுவனங்கள் டெலிவரிக்கு ரூபாய் 20 மட்டும் அல்லது எதுவும் வாங்காமல் இருக்கிறபொழுது இந்த நிறுவனங்கள் இவ்வளவு பணம் வசூலித்துக்கொண்டிருக்கிறார்கள். அதற்கு அவர்கள் சொல்லுகிற காரணம் நாங்கள் எங்களுடைய வாடிக்கையாளர்களுக்குப் பல்வேறு சேவைகள் வழங்குகிறோம்

எந்தப் பங்கை வாங்கலாம், விற்கலாம் என்கிற ஆலோசனைகள் கூறுகிறோம், தவிர இவர்களுக்கு என்று நாங்கள் ரிலேஷன்ஷிப் மேனேஜர் போன்ற மேலாளர்களைப் பணியமர்த்துகிறோம்.

எனக்கு நேரடி அனுபவம் இருக்கிற மேலே உள்ள பட்டியலில் காணப்படும் ஒரு தரகு நிறுவனம் அதன் வாடிக்கையாளர்களுக்கு இப்படிப்பட்ட சேவைகள் எதையும் செய்வதில்லை ஆனால் கூட அதிக புரோக்கரேஜை வசூல் செய்து கொண்டிருக்கிறது. எப்போதாவது அந்த நிறுவனத்தின் ரிலேஷன்ஷிப் மேனேஜர் அழைத்தால் அது அவர்கள் விற்க நினைக்கிற ஐ பி ஓ அல்லது என் எப் ஓ வெளியீடு குறித்துதான் இருக்கும்.

இப்படிப்பட்ட நிறுவனங்களிடம் இருக்கிற ஓர் அனுகூலம், அவர்களுக்கு லேண்ட் லைன் தொலைபேசிகள் உண்டு. அதில் அழைத்து வாங்க விற்க ஆர்டர் கொடுக்கலாம். மழை நாட்களில் அந்த ஊழியர்கள் அலுவலகத்திற்கு தாமதமாக வருகிறார்கள். சந்தை ஆரம்பித்த உடன் அவர்கள் அங்கே இருப்பதில்லை. அப்படி இருந்தாலும் அவர்கள் எல்லா வாடிக்கையாளர்களுக்கு முக்கியத்துவம் கொடுப்பதில்லை. தவிர சந்தை மிக அதிகமாக மாற்றம் காணுகிற பட்ஜெட் நாட்கள் அல்லது தேர்தல் முடிவு நாட்கள் அல்லது வேறு ஏதோ பெரிய செய்தி வந்திருக்கிற நாட்களில் அவருடைய தொலைபேசி எண்கள் கிடைக்காது அல்லது அழைப்பு போய்க்கொண்டே இருக்கும் எடுக்க மாட்டார்கள் என்பது என் தனிப்பட்ட அனுபவம்.

கைபேசி மூலம் கணினி மூலம் எல்லாம் பங்குத் தரகு நிறுவனங்களின் வலைதளங்களுக்கு நேரடியாகப் போய் தானே பங்குகளை வாங்க விற்கத் தெரியாதவர்கள் மேலே குறிப்பிடப்பட்டிருக்கும் தொலைபேசி மூலம் ஆர்டர்கள் எடுத்து நிறைவேற்றும் தரகு நிறுவனங்களுக்குப் போகலாம்.

அதேபோல சில சமயங்களில் இணைய இணைப்பு சரியாக இல்லாமல் வாங்குதல் பட்டறை செய்ய இயலாமல் போகலாம் அது போன்ற சமயங்களிலும் இப்படிப்பட்ட தரகு நிறுவனங்கள் பெரிதும் உதவி.

அதற்காகவே ஒவ்வொரு முறையும் இவர்களுக்கு அதிக பணம் கொடுக்க முடியுமா என்ற கேள்விக்கான பதில், ஏன் ஒரே ஒரு

தரகு நிறுவனத்தில் கணக்கு வைத்துக் கொள்ள வேண்டும். அப்படி இருப்பவர்களிடமும் கணக்கு வைத்துக் கொள்ளலாம். ஓரளவிற்கு புரோக்கர் ஏஜ் போட்டு சேவைகளை வழங்க அவர்களிடமும் கணக்கு வைத்துக் கொள்ளலாம். தேவைகளுக்கு ஏற்றாற்போல பயன்படுத்திக்கொள்ளலாம் என்பது தான்.

பியூச்சர்ஸ் மற்றும் ஆப்ஷன்ஸ்

இந்தப் பகுதிக்கு வர்த்தகம் செய்பவர்களுக்கு முதலில் குறிப்பிட்ட ஸீரோதா, க்ரோ, அப்ஸ்டாக்ஸ் போன்ற பெரும்பாலான நிறுவனங்கள் ஒரு ஒரு வர்த்தகத்திற்கு ரூபாய் 20 மட்டுமே வசூலிக்கின்றன அதன் மீது 18 சதவீதம் ஜிஎஸ்டி. அது ஒரு ரூபாய் எண்பது காசு. அவ்வளவுதான்.

ஒவ்வொரு நாளும் மிக அதிகமாக டிரேடு செய்வோம் மக்கள் இது போன்ற நிறுவனங்களுக்கு மாறிக்கொண்டு புரோக்கரேஜ் ஆகக் கொடுக்கும் பெரிய தொகைகளை மீதம் செய்கிறார்கள்.

இவையெல்லாம் 2025 டிசம்பர் நிலை. பின்னர் மாறலாம்.

2. C) டிரேடிங் செலவுகளுக்கு வருமான வரி விலக்கு உண்டா?

ஒவ்வொரு நிதி ஆண்டிற்கும் வருமான வரி கணக்கு தாக்கல் செய்ய வேண்டும். பங்குகளில் முதலீடு செய்பவர்கள், அவர்களுக்கு மூலதன ஆதாயம் கிடைத்தால் அதற்குத் தனியாக 'கேப்பிடல் கெயின்ஸ் டேக்ஸ் கட்ட வேண்டும். பங்குகளில் இருந்து டிவிடெண்ட் ஆக வரும் தொகைகள் வருமானம். அவற்றுக்கு உரிய ஸ்லாபில் வருமான வரி கட்ட வேண்டும்.

மற்றபடி, அடிக்கடி பங்குகளை வாங்கி விற்பவர்கள், அவர்களுடைய லாபத்தையோ நட்டத்தையோ, வருமான வரி கணக்கில் காட்டி, லாபமாக இருந்தால் அதற்கு அவர்களுக்கு உரிய ஸ்லாபின்படி வரி கட்ட வேண்டும்.

பங்குகளை அடிக்கடி வாங்கி விற்பவர்கள் செய்வது வியாபாரம். ஆங்கிலத்தில் அதை பிசினஸ் என்கிறார்கள். அதில் கிடைப்பது பிசினஸ் இன்கம். அல்லது பிசினஸ் லாஸ். வியாபாரம் என்றால், அதில் வருகிற லாபம் மட்டும் கணக்கல்ல. அந்த லாபத்தை எடுப்பதற்காகச் செய்யப்படும் செலவுகளும் கணக்கில் வரும்.

அப்படிப்பட்ட செலவுகளைக் கழித்துக்கொண்டு, மீத லாபத்தொகைக்கு மட்டும் வரி கட்டினால் போதும்.

எந்தெந்தச் செலவுகளை வருமான வரிக் கணக்கில் பிசினஸ் செலவுகளாக ஏற்றுக்கொள்கிறார்கள்? அதை இந்தப் பகுதியில் பார்க்கலாம்.

வாங்கி விற்கும்போது கட்டுகிற தரகு கமிஷன் மற்றும் வரிகளை செலவில் எழுத முடியுமா?

ஒவ்வொரு ஆண்டும் மிக அதிகமாக வாங்கி விற்கும் ட்ரேடர்கள் மற்றும் தங்களை இன்வெஸ்டார் என்று சொல்லிக்கொண்டிருக்கிற ட்ரீடர்கள் கட்டுகிற புரோக்கர் தொகை மற்றும் வரிகள் ஏராளம் என்று பார்த்தோம்.

இந்தச் செலவுகளை எப்படியாவது சமாளிக்க முடியுமா? என்று கேட்டால் அதற்கு சில வழிகள் இருக்கின்றன.

பங்குகளை வாங்கி விற்க ஆகிற செலவுகளில் இதுவும் ஒன்று.

எப்போதாவது பங்குகளை வாங்குபவர் விற்பவர் முதலீட்டாளர் அவருக்கு கிடைப்பது லாபம். அல்லது கேபிட்டல் கெயின்ஸ் என்கிற முதலீட்டு ஆதாயம். அதற்கு அவர் எவ்வளவு காலம் வைத்திருந்து வீட்டுக்கு விற்கிறார் என்பதைப் பொறுத்து *STCG (Short-Term Capital Gains)* அல்லது *LTCG (Long-Term Capital Gains)* வரிகள் கட்ட வேண்டும். அவர் கொடுக்கிற பிறகு கமிஷன் போன்றவற்றை அவர் செலவாகக் காட்டி லாபத்தை குறைத்துக் கொள்ள முடியாது.

ஆனால், ஒருவர் அடிக்கடி வாங்கி விற்றுக் கொண்டிருந்தால், இன்ட்ராடே டிரேடராக இருந்தால், ஆல்கோ டிரேடிங் செய்தால் மற்றும் பியூச்சர்ஸ் அண்ட் ஆப்ஷன்ஸ் வர்த்தகம் செய்தால், அதில் கிடைக்கிற லாபங்களின் பெயர், பிசினஸ் இன்கம்.

வருமான வரிக் கணக்கு செலுத்துகிறபோது, இப்படிப்பட்ட லாபங்களை 'பிசினஸ் இன்கம்' ஆகக் கருதுவார்கள். அதன் காரணமாக அந்த பிசினஸ் செய்வதற்காக செலவுகளை லாபத்தில் இருந்து கழித்துக்கொள்ளலாம். மீதத் தொகைக்கு மட்டும் வரி கட்டினால் போதும்.

அவருக்கு அவற்றின் நட்டம் வந்தால் அந்த நட்டத் தொகையோடு சேர்த்து இந்தச் செலவுகளையும் கூட்டி மொத்த திட்டத்தை

அதிகமாகக் காட்டலாம். அந்த நட்டத்தை 'செட் ஆன்' என்கிற ஏற்பாட்டின் மூலமாக, அடுத்த அடுத்த ஆண்டுகளில் கிடைக்கக்கூடிய அதே போன்ற லாபங்களில் கழித்துவிட்டு மிதத்திற்கு வரி கட்டினால் போதும்.

பங்குகளை மற்றும் டிரைவேட்டிவர்களை அதாவது பியூச்சர்ஸ் மற்றும் ஆப்ஷன்ஸ் ஆகியவற்றை வாங்கி விற்பதற்காக அவர் செய்கிற கூடுதல் செலவுகளில் சிலவற்றை, கழிக்க முடியும். சிலவற்றை கழிக்க முடியாது. சிலவற்றை ஏற்கவில்லை.

ஏற்றுக்கொள்ளப்படுபவை

தரகு கமிஷன், எக்ஸ்சேஞ்ச் சார்ஜஸ், சிபி சார்ஜஸ், புரோக்கரேஜ் மீது போடப்படும் *GST* தொகை, பங்குகளை வாங்க விற்க பயன்படுத்தும் லேப்டாப்பிற்கான இன்டர்நெட் செலவுகள், அதற்கான கம்ப்யூட்டர் அல்லது லேப்டாப் மற்றும் அதற்குப் போடுகிற சாப்ட்வேர். மேலும் பங்குகளை வாங்குவதற்கும் விற்பதற்கும் பரிந்துரை செய்கிற ஏதாவது நிறுவனங்களுக்குக் கட்டுகிற தொகைகள்.

ஏற்றுக்கொள்ளப்படாதவை

செக்யூரிட்டி டிரான்ஸாக்சன் டேக்ஸ் என்ற, *STT*

ஸ்டாம்ப் டியூட்டி

கேபிட்டல் ட்ரான்ஸாக்ஷன் டேக்ஸ்

யார் ட்ரேடர் யார்? யார் இன்வெஸ்டர்?

ஒவ்வொருவரும் அவர்களை டிரேடராகவோ இன்வெஸ்டராகவோ நினைத்துக்கொள்ளலாம். ஆனால், வருமான வரிக் கணக்கு செலுத்துவதற்கு ட்ரேடருக்கு ஒரு மாதிரியாகவும் இன்வெஸ்டருக்கு ஒரு மாதிரியாகவும் கட்ட வேண்டிய வரிகளும் ஏற்றுக் கொள்ளப்படும் செலவுகளும் இருக்கின்றன. அவற்றை முடிவு செய்வது வருமான வரித்துறை.

எப்படிப்பட்ட காரணங்களுக்காக சிலர் இன்வெஸ்டர் அல்லது ட்ரேடர் என்று வகை பிரிக்கப்படுகிறார்?

இதற்கென்று அறிவிக்கப்பட்ட வழிமுறைகள் இல்லை. ஆனாலும் கூட பெரும்பாலும் ஒருவர் ஒரு ஆண்டு முழுக்க ஐந்து முதல் 20 வர்த்தகங்கள் மட்டுமே செய்திருந்தால் அவர் இன்வெஸ்ட்டராகப் பார்க்கப்படுகிறார்.

மற்றபடி அடிக்கடி மற்றும் தினசரி வாங்கி விற்பவர்கள், பியூச்சர்ஸ் அண்ட் ஆப்ஷன்ஸ் வர்த்தகம் செய்பவர்கள், ஆண்டுக்கு சுமார் 200 வர்த்தகங்களுக்கு (காண்ட்ராக்ட்ஸ்). செய்பவர்கள் ட்ரேடர்களாகப் பார்க்கப்படுவார்கள்.

முக்கியக் குறிப்பு

மேலே கொடுக்கப்பட்டிருப்பவை, தவறுகள் புரிந்துகொள்வதற்காக. இவற்றில் எப்போது வேண்டுமானாலும் மாறுதல்கள் வரலாம். அதனால் இது குறித்து வாசகர்கள் அவர்களுடைய ஆடிட்டர்கள் எனப்படும் பட்டய கணக்காளர்களிடம் கேட்டு உறுதி செய்து கொள்ள வேண்டும்.

2. d) உணர்வு எனும் முதலாளி

பங்குகளை வாங்குவது விற்பது குறித்து நாம் எடுக்கிற முடிவுகள் எல்லாம் நன்கு யோசித்து எடுக்கப்பட்டவை என்று நினைத்துக் கொண்டிருக்கிறோம்.

மனித மூளையில் இரண்டு பாகங்கள் இருக்கின்றன. ஒன்று, யோசித்து முடிவு எடுக்கும் 'ரேஷனல் பிரைன்'. மற்றொன்று, உணர்வுபூர்வமாக முடிவுகள் எடுக்கும், 'எமோஷனல் பிரைன்'

இந்த இரண்டில் எதற்கு சக்தி அதிகம் என்றால், எமோஷனல் மூளைக்குத்தான். எமோஷனல் மூளை, பணி (டூட்டி)யில் இல்லாவிட்டால்தான், ரேஷனல் மூளையால் ஏதாவது வேலை செய்ய முடியும். எமோஷனல் மூளை 'ஆக்டிவ் மோட்' டில் இருந்தால், ரேஷனல் மூளையால் எதுவும் செய்ய முடியாது.

நாம் உணர்வு எனும் முதலாளி அல்லது மேலதிகாரி சொல்வதை அப்படியே செய்யும் வேலை ஆள் மட்டுமே!

சந்தையைப் பார்த்துக்கொண்டிருக்கிறோம். நாம் வழக்கமாகக் கவனிக்கும் சில பங்குகளின் விலைகள் குறிப்பிட்ட விதமாக நகர்ந்துகொண்டிருக்கின்றன. உடனடியாக நாம் சில முடிவுகள் எடுக்கிறோம்.

சிலவற்றை வாங்குகிறோம் அல்லது விற்கிறோம். அதன் பிறகு நிகழ்பவற்றால் லாபம் கிடைக்கலாம். அல்லது அது நட்டத்திலும் முடியலாம்.

ஆனால், முடிவெடுத்தது, சடாரென. அப்போது அது, சரியான முடிவுதானா? அப்படி, அவ்வளவு செய்யலாமா? என்று யோசிக்கவில்லை. உடனடியாக எடுத்த முடிவை நடைமுறைப்படுத்திவிடுகிறோம்.

ஏன் அப்படி?

அதற்குக் காரணம், நம் எமோஷனல் மூளைதான். அதிலிருந்து கிளம்பும் உணர்வுகள்தான். அதன் வேகம் அதிகம்.

கோபத்தில் கத்திவிடுவது, யாரையும் அடித்துவிடுவது, வேலையை ராஜினாமா செய்வது, விவாகரத்து செய்ய முடிவு எடுப்பது. 'போதும் வாழ்ந்தது' என்று விட்டு விடுவது. எல்லாம் உணர்வால் நடத்தப்படுபவைதான்.

அதேபோலதான், பங்குச் சந்தையில் எடுக்கப்படும் முடிவுகளும், திடீர் நடவடிக்கைகளும். எல்லாம் ஏதோ ஓர் உணர்வு தூண்டித்தான்.

அமெரிக்காவின் கலிபோர்னியா பல்கலைக்கழகத்தில் ஓர் ஆய்வு செய்திருக்கிறார்கள். அதில், வெற்றிகரமான பங்குச் சந்தை டிரேடர்கள், பெரும்பாலும் அவர்களுடைய உணர்வுகளை கட்டுப்பாட்டில் வைத்திருப்பவர்கள் என்றும் 'இம்பல்சிவ்னெஸ்' என்று சொல்லப்படுகிற, 'உடனடி மனப்பான்மை' யைத் தவிர்த்து வேலை செய்பவர்கள் என்றும் தெரியவந்திருக்கிறது.

டிரேடிங்கில் வெற்றி பெறுபவர்கள், எந்த நிலைமையிலும், உணர்ச்சிவசப்படாமல், நன்கு சிந்தித்து, சரியான முடிவுகள் எடுக்கிறார்கள்.

கொரோனா ஊரடங்கின்போது எனக்கு அறிமுகமான ஒருவர் திரைப்படத் துறையில் இருப்பவர். பலவற்றையும் பேசிய நாங்கள் பின்பு, பங்குச்சந்தை பற்றியும் பேசினோம். அவர், 'சிஜி பவர்' என்ற பங்கை வாங்கலாம் என்று சொன்னார். அது ரூபாய் 400 வரை விலை போகும் என்றும் சொன்னார்.

பேசி முடித்த பிறகு நான் அந்த பங்கு என்ன விலை நடந்து கொண்டிருக்கிறது என்பது போன்ற விவரங்களை இணையத்தில் தேடினேன். அப்போது சிஜி பவர் நிறுவனப் பங்குகள், 20 ரூபாய் விலை நடந்துகொண்டு இருந்தன.

கிராம்டன் கிரீவ்ஸ் என்ற பயரில் பல ஆண்டுகளாக நட்டம் செய்துகொண்டிருந்த மிக சுமாரான நிறுவனம்தான் அது என்று தெரியவந்தது. வேறு ஒரு நிறுவனம் அதை 'டேக் ஓவர்' செய்து, நிறுவனத்தின் பெயரை சி ஜி பவர் எனச் சுருக்கி வைத்திருக்கிறார்கள். தவிர, அந்த நிறுவனப் பங்கின் முகமதிப்பையும் 10ல் இருந்து 2 ஆகக் குறைத்துவிட்டார்கள் என்றும் தெரிந்துகொண்டேன்.

'எத்தனையோ நபர்கள் என்னென்னவோ பங்குகள் குறித்து சொல்கிறார்கள். இவர், இருபது ரூபாய் விலை நடக்கும் ஒரு குறிப்பிட்ட நிறுவனப் பங்கு, 400 ரூபாய் வரை விலை போகும் என்று சொல்கிறார். எல்லோர் சொல்வதும் நடக்கவா செய்கிறது?' என்று நினைத்துக்கொண்டேன். அவ்வளவுதான். அதிகம் யோசிக்கவில்லை.

அடுத்த சில நாட்களில் பார்த்தால், அது இருபதில் இருந்து தொடர்ந்து உயர்ந்துகொண்டே போய் 30 பக்கம் வந்து விட்டது.

ஆசை யாரை விட்டது? ஆயிரம் பங்குகள் வாங்கினேன். விலை 40, 45 ஐத் தாண்டியது. பயம் யாரை விட்டது? சில நாட்களிலேயே 15 ஆயிரம் ரூபாய் லாபம். விடுவானேன்? 'மற்ற சில பங்குகளில் வந்த நட்டத்தை இது சரிசெய்துவிடுமே!' லாபத்தைப் பதிவு செய்துவிடலாம்' என்று நினைத்து விற்றாயிற்று.

பிறகு என்ன நடந்தது? எல்லோருக்கும் நடப்பதுதான் எனக்கும் நடந்தது. சி ஜி பவர் பங்கு விலை தொடர்ந்து உயர்ந்துகொண்டே போவதைப் பார்த்த நான், 'சரி, தவறவிட்டுவிட்டோம். இறங்கினால் நிச்சயம் வாங்குவோம் என்று காத்திருந்தேன். அது தொடர்ந்து விலை உயர்ந்து, 90 ரூபாய்க்குப் போய்விட்டது. சரி. துரத்தித் துரத்தி வாங்கவேண்டாம் என்று விட்டுவிட்டேன்.

முதலில் வாங்கியதும் உணர்வால். பின்னால், விற்றதும் உணர்வால். அதற்குப் பின், அதன் பின்னால் போகாமல் இருந்ததும் பயம் என்ற உணர்வால்.

அந்த நிறுவனத்தை முருகப்பா குழுமம் 'டேக் ஓவர்' செய்து, பெரிய மாற்றங்கள் கொண்டு வந்து, அதிக லாபம் ஈட்டும் நிறுவனமாக மாற்றியமைத்து இருந்தார்கள். அதனால் பின்னர் அது ஒரு கட்டத்தில் ரூபாய் 400 ஐத் தாண்டி மேலே போய்விட்டது.

அதன்பிந்தான் சற்று விலை கொஞ்சம் இறங்கியது.

அதற்குப் பிறகு சில பல மாதங்கள் இடைவெளி கொடுத்து, ரூபாய் 600 ஐயும் தாண்டிவிட்டது.

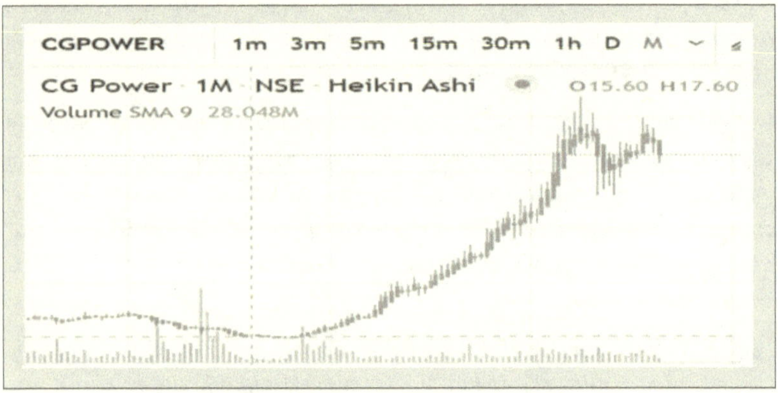

உணர்வால் செயல்படுவது என்பது, சரியில்லாத பங்குகளை வேகமாக வாங்குவது மட்டுமல்ல. சரியானவற்றை முறையாக ஆராயாமல் வாங்காமல் விடுவதும் கூட. 'முன் அனுபவம்', 'எச்சரிக்கையாக இருப்பது' என்ற போர்வைகளில் இருக்கும் பயம் என்ற உணர்வால்தான். இதனால் நட்டம் இல்லை என்பது உண்மைதான் என்றாலும் ஓர் நல்ல லாப வாய்ப்பு வந்திருக்கிறது. கொஞ்சம் கூடுதலாக ஆராய்ந்து பார்த்துத் தெரிந்து கொண்டிருந்தால் தவறவிட்டிருக்க வேண்டாம்.

இப்படியாக நமக்குத் தெரிந்தும் தெரியாமலும் பல்வேறு தொடர்பான நம்பிக்கைகள் தொடர்பான அனுபவம் தொடர்பான தவறுகளை எல்லோருமே செய்துகொண்டிருக்கிறோம். இதில் அனுபவம் உள்ளவர்கள், இல்லாதவர்கள் என்ற வேறுபாடு இல்லை.

2. e) சில வலுவான உணர்வுகள்

ஆசை

ஆசை பேராசை ஆகியவை காரணமாகத்தான் பலரும் பங்குச்சந்தைக்கு வருகிறார்கள் அங்கே முதலீடு செய்பவர்களும் சரி-டிரேடு செய்பவரிடம் சரி-ஆசையால் விரும்பி உந்தப்படுகிறார்கள். அது ஒரு வலுவான உணர்வு. ரிஸ்க் எடுக்க வைக்கும் கொஞ்சம் அதிகமாக இருக்கும்போது ரிஸ்க் எடுக்கிறோம் என்பதை உணர முடியாமல் செய்துவிடும்.

சந்தை நன்றாக உயர்ந்தபோது தொடர்ந்து உயர்கிற நேரங்களில் அதுவரை பங்குச் சந்தைக்கு வராதவர்கள் கூட எல்லா இடங்களிலும் அது குறித்து கேள்விப்பட்டு அவர்களுக்குத் தெரிந்தவர்கள் செய்த லாபங்கள் குறித்து, எல்லாம் காதில் விழுந்ததை கேட்டு, நம்ப முடியாமல் அவர்களும் ஒரு நேரத்தில் வந்து விடுவார்கள். நான் மட்டும்தான் இதைத் தவிர்க்கிறோமா அதனால் இழக்கலாமா என்று அதுவரை தள்ளியே இருந்தவர்கள் திடீரென உள்ளே வருவார்கள். ஆராயாமல் மொமெண்டம் பங்குகளில் பணத்தைப் போடுவார்கள்.

மொமெண்டம் என்பது மிக வேகமாக விலை உயருகிற அந்த சமயத்தில் பலராவதும் பேசப்படுகிற பங்குகள் அவற்றின்

ஃபண்டமென்டல்ஸ் சரியாக இருக்க வேண்டும் என்கிற அவசியம் இல்லை. ஆனால் அவை உயர்கிற வேகத்தில் ஏன் உயர்கிறது என்று சொல்லப்படுகிற கதைகளில் யாரும் ஏமாந்துவிடுவார்கள்.

வேறு சிலர் அவர்கள் முடிவெடுத்து வாங்கிய பங்குகளின் லாபத்தைப் பார்த்து அதேபோல் அல்லது அதையே கூடுதலாகச் செய்யத் தவறிவிட்டோமே எவ்வளவோ லாபம் கிடைத்திருக்கிறோமே பெரும் பணத்தை இழந்துவிட்டோமே என்று நினைத்து அதற்குப் பிறகு பெரும் பணத்தை உள்ளே எடுத்து வந்து முதலீடு ஒன்றை ஏதோ செய்து நட்டப்படுவார்கள்.

பங்குச்சந்தை என்ற வண்டி வேகமாக ஓடுவதற்கு ஊற்றப்படும் பெட்ரோல்தான் ஆசை. அது இல்லாமல் பங்குச்சந்தை இல்லை.

அட்டாச்மெண்ட்

ஒரு குறிப்பிட்ட நாளில் வாங்கியது. உதாரணத்திற்கு, திருமண நாளில் அல்லது குழந்தை பிறந்த போது அல்லது அப்பா கொடுத்தது என்பது போல சில பங்குகள் மீது சிலருக்கு ஒரு பிடிப்பு இருக்கும். அதைத்தான் அட்டாச்மெண்ட் என்கிறார்கள்.

அந்தப் பிடிப்பு காரணமாக, அதை ஆய்வுபூர்வமாகப் பார்ப்பதில்லை. இது என்ன சம்பாதிக்கிறது? இது என்ன விலை இருக்கிறது? இந்த விலையில் வைத்துக்கொள்வது நல்லதா? விற்றுவிடுவது நல்லதா? என்பது போல ஆராய்வதில்லை. அது எனக்கு வேண்டிய பங்கு. அதனால், எதுவும் செய்ய மாட்டேன் என்பது போல இருப்பது.

ரிஃக்ரெட்

தவறுகள் இயல்பு எப்போதாவது சில டிரேடுகளிலோ முதலீடுகளிலோ தவறு ஏற்பட்டுவிடும் இந்தப் பகுதியையும் பார்த்துக் கொண்டிருக்கிற பல்வேறு மனப்பிரச்சனைகள் காரணமாக அதிகமான விலையில் மற்றவரோடு சேர்ந்து வாங்கிவிடலாம் மாட்டிக்கொண்டு வரலாம் அல்லது தன்னிடம் இருந்த மிக நல்ல பங்கை விலை உயர் ஆரம்பித்தவுடன் போதுமடா சாமி நான் வாங்கிய விலை வந்து விட்டது என்று விட்டுவிடலாம்.

அதற்குப் பிறகு அந்த விலை இரண்டு மடங்கு மூன்று மடங்கு என்று உயர்ந்துகொண்டே போவதுண்டு அப்பொழுது ஆஹா இந்த தவறை நான் செய்து விட்டேன் என்கிற குற்ற உணர்வு வரும் அதைத்தான் ரிக்ரெட் என்கிறார்கள்.

சரியாகத் தேர்வு செய்து ஒரு பங்கை வாங்கலாம் என்று முடிவு செய்து ஏதோ காரணத்துக்காக வாங்காமல் விட்டுவிடு அவர்கள் எதிர்பார்த்தது போலவே அந்தப் பங்கு பெற அடடா உயர்ந்துவிட்டது இறங்கினால் வாங்கலாம் என விட, அது அதற்கு மேலும் உயர அவர்களுக்கு இப்போதும் வருகிற உணர்வின் பெயர் ரிக்ரெட்.

இந்த ரிக்ரேட் என்பது ஒரு வலுவான உணர்வு. அந்த உணர்வை தாண்டி வெளிவர முடியாமல் அதனால் அதே பங்குகளை வாங்குவதோ இருப்பதோ கூடுதல் வழிகளில் செய்வதோ முன்பு செய்து அதை அல்லது செய்யத் தவறியதை சரிசெய்கிறேன் என்று வேறு பிரச்சனைகளில் மாட்டிக் கொள்வார்கள்.

பயம்

கோவிட் 19 கடுமையாக இருந்த நேரத்தில் பங்குச்சந்தைகள் தடுமாறிக்கொண்டிருந்தன. அப்போது உலக சுகாதார நிறுவனம் இது ஒரு உலகளாவிய பயின்றமைக்கு என்று அறிவித்தது. அவ்வளவுதான் பெரும் நிறுவனங்கள் எல்லாம் அவர்கள் கைவசம் இருந்த பங்குகளை விற்றனர். நம்ப முடியாத அளவுக்கு விலைகள் இறங்கின.

டாடா மோட்டார் 60 ரூபாய்க்கு வந்தது ரூரல் எலக்ட்ரிக் கார்ப்பரேஷன் 90 ரூபாய் பார்த்தேன் hdfc இப்போது 2025 இல் ஒன்றுக்கொன்று போனஸ் பெற்று ஆயிரம் ரூபாய் இருக்கிறது. அந்த பங்கு போனஸ்க்கு முன்பே 525 கிடைத்தது. பேங்க் இதுபோல விலை குறையாத பங்குகளே கிடையாது என்பது போல அப்போது இருந்தது.

அவ்வளவு வேகமாக விலைகள் விழுந்ததற்கு என்ன காரணம்?

பயம்.

பயம் என்ற உணர்வு அவ்வளவு வேலை செய்திருக்கிறது.

விலை விழுந்து விடுமோ நட்டம் வந்து விடுமோ ஏதாவது ஆகிவிடுமோ என்பது போல மக்களுடைய மனதில் பல பயங்கள் இருக்கின்றன. அதுவும் நிதி சார்ந்த முடிவுகள் எடுக்கும்பொழுது பெரும்பாலான மக்கள், வாய்ப்புகளை விட பயத்திற்குதான் குழுவின் முக்கியத்துவம் கொடுப்பார்கள்.

2. f) மொத்த சந்தையும் அதில் உணர்வின் பங்கும்

தனி மனிதர்கள் ஒன்றுசேர்ந்ததுதான் சந்தை. யாரோ சிலர் அவர்களுடைய உணர்வுகளை எல்லாம் தள்ளிவைத்துவிட்டு, யோசித்து முடிவுகள் எடுத்து பங்குச்சந்தைக்குள் இயங்கலாம். ஆனால், ஒட்டுமொத்த பங்குச் சந்தை என்று பார்க்கிறபோது, அதற்குள் எவ்வளவு அறிவாளிகள் இருந்தாலும் பெரும்பாலான மக்களின் உணர்வுதான் அங்கே பிரதிபலிக்கும்.

பங்குச்சந்தை எப்பொழுதுமே ஒரு சுழற்சியில் இருக்கும் என்று சொல்வதுண்டு ஒரு இறக்கத்தில் தொடங்கி பிறகு மெல்ல உயர்ந்து ஓர் உச்சத்தை அடைந்து அங்கிருந்து இறங்கி மீண்டும் இறக்கத்தை தொட்டு அதற்குப் பிறகு சில நாள் கழித்து மீண்டும் உயர ஆரம்பித்து உச்சத்துக்குப் போய் மீண்டும் இறங்கி என்பது போல, அது ஒரு சுழற்சி. எத்தனை ஆண்டுகளுக்கு அது ஒருமுறை நடக்கும்? எந்தெந்தப் பருவம்? எவ்வளவு நாட்களுக்கு அல்லது ஆண்டுகளுக்கு இருக்கும் என்பதெல்லாம் ஒரே போல இருப்பதல்ல. வெவ்வேறு சமயங்களில் இருக்கும்.

இந்த புத்தகத்தை படிக்கின்ற நம்முடைய தலைமுறையைச் சார்ந்த பலருக்கும், இந்த 35 ஆண்டுகள் பங்குச்சந்தையில் என்ன நடந்திருக்கின்றன என்று ஓரளவுக்குத் தெரியும். அவற்றை ஹெச்டிஎஃப்சி வாங்கி ஒரு படமாகப் போட்டு இருந்தது.

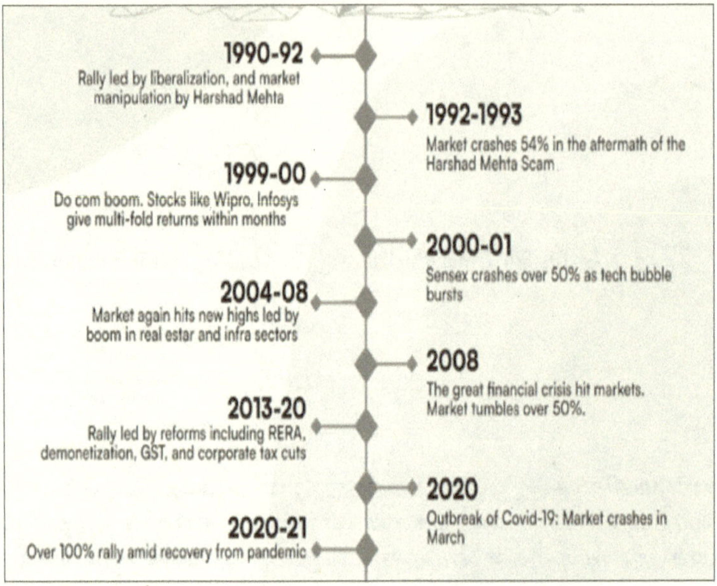

அதுவரை உறங்கிக்கொண்டிருந்த இந்திய பங்குச் சந்தைகள் 1990 முதல் 1992 வரை மிக அதிகமாக உயர்ந்தன அதற்கு காரணம் இந்தியாவில் அறிமுகப்படுத்தப்பட்டிருந்த புதிய பொருளாதாரக் கொள்கை. அதுவரை கட்டுப்பாட்டில் வைக்கப்பட்டிருந்த இந்திய தொழில் நிறுவனங்கள் சுதந்திரம் பெற்றன அவை பெரும் வியாபாரங்களைச் செய்யக்கூடிய அளவிற்கு அனுமதிக்கப்பட்டன அதனால் நிறுவனங்களின் லாபம் அதிகரிக்க முதலீட்டாளர்கள் உள்ளே வந்தார்கள். பங்குச்சந்தை மேலே என்று போய்க்கொண்டே இருந்தது.

அடுத்த 1992க்கு பிறகு 93 வரை பங்குச்சந்தை கடுமையாக உயர்ந்தது காரணம் அப்போது அவ்வளவு உயர்ந்த பங்குச் சந்தைக்குள் ஹர்ஷத் மேத்தா போன்ற சிலர் செயற்கையாக பங்குகளின் விலைகளை உயர்த்தி இருந்தார்கள். அந்த ஊழல் வெளிவந்தது பங்குச்சந்தை விழுந்தது. கிட்டத்தட்ட 54 சதவீதம் வரை வீழ்ச்சி. இனி அவ்வளவுதான் என்பது போல பலரும் பங்குகளை விற்றுவிட்டு வெளியேறினார்கள்.

1999 முதல் 2000 வரை மீண்டும் இந்திய பங்குச் சந்தைகள் நன்றாக உயர ஆரம்பித்தன. இப்போதும் அவ்வளவு தான் என்று இல்லை; விலைகளை மிக அதிக உயரத்துக்கு எடுத்துச் சென்றார்கள்.

இந்த முறை கேத்தன் பரி போன்றவர்கள் பங்குச்சந்தைக்குள் ஏமாற்று வேலைகள் செய்து பல பங்குகளின் விலைகளை செயற்கையாக உதிர்த்து இருக்கிறார்கள் போன்ற விவரங்கள் வெளிவந்தன. செயற்கையாக உயர்த்தி இருக்கிறார்கள் என்பது போன்ற விவரங்கள் வெளிவந்தன. பங்குச்சந்தை விழுந்தது 2000 முதல் 2001 வரை கிட்டத்தட்ட ஐம்பது சதவீதம் வீழ்ச்சி.

அடுத்து, 2004 முதல் 2008 வரை தொடர் ஓட்டம்தான், உயர்வுதான். இந்தியாவினுடைய ஜிடிபி சிறப்பாக இருக்கிறது. இந்தியாவினுடைய ரியல் எஸ்டேட் செக்டார் மற்றும் கட்டுமானங்கள் துறை எல்லாம் மிகப் பிரமாதமாக வேலை செய்கின்றன. லாபம் ஏற்றுகின்றன. என்பது போன்ற செய்திகள் புள்ளிவிவரங்கள் அதைச் செய்து காட்டின.

அந்த ஓட்டமும் 2007லே தளர்வடைய ஆரம்பித்தது. எவ்வளவு ஏற முடியுமோ அதற்கும் அதிகமாக ஏறிவிட்டது. அதன் காரணமாக 2008இல் அது ஒரு காரணத்திற்காக காத்திருந்தது. அமெரிக்காவில் சப்ரைம் என்கிற ஒரு பிரச்சனை வந்து பல பெரிய நிதி நிறுவனங்கள் வீட்டுக் கடன் கொடுக்கும் நிறுவனங்கள் விழுந்தன. அதன் காரணமாக இந்தியாவிலும் பங்குச்சந்தைகள் விழுந்தன. 2008இல் கிட்டத்தட்ட 50% அளவிற்கு பங்குச் சந்தைகள் வீழ்ச்சி கண்டன.

அப்போதுதான் 21,000க்குச் சென்றிருந்த பங்குச் சந்தை அங்கிருந்து கீழே விழுந்து பத்தாயிரத்துக்கும் குறைவாக வந்தது. இனி அவ்வளவுதான் பங்குச்சந்தை என்று மக்கள் நம்பிக்கை இழந்தார்கள். ஆனால், 2013ல் அதுவரை ஆட்சியில் இருந்த காங்கிரஸ் கட்சி தேர்தலில் தோல்வியுற்று, புதிதாக பாரதிய ஜனதா கட்சி ஆட்சிக்கு வரும் என்ற தகவல் வர ஆரம்பித்த உடனேயே, அதிலும் குறிப்பாக குஜராத்தில் பெரு வளர்ச்சியை சாத்தியமாக்கி இருந்த குஜராத் முதல்வர் நரேந்திர மோடி அவர்கள் இந்தியாவின் பிரதமராக வருவார் என்ற எதிர்பார்ப்பில், பங்குச் சந்தைகள் உயர ஆரம்பித்து அதற்குப் பிறகு தொடர்ந்து உயர்ந்து போய்க்கொண்டே இருந்தன.

இடையில் 2020ல் கோவிட்-19 என்கிற ஒரு பெரிய தொற்று உலகெங்கும் பரவி உலகையே முடக்கிப்போட்டது. எங்கு பார்த்தாலும் ஊரடங்கு. எந்த செயல்களும் இல்லை. அதனால் பங்குச் சந்தை குறுகிய காலத்தில் அதிகமாக விழுந்தது.

ஓரளவிற்கு கோவிட்-19 பயம் தெளிந்து மக்களின் இயல்பு வாழ்க்கை திரும்ப, இவ்வளவு குறைவான விலைகளுக்கு பங்குகள் கிடைக்கின்றன என்று அதற்குள் இறங்க ஆரம்பித்தார்கள் பங்கு வழிகள் உடனடியாக உயர ஆரம்பித்தன. அதற்குப் பிறகு தொடர்ந்து பங்குச் சந்தைகள் இந்தப் பகுதியை எழுதுகிற 2025 டிசம்பர் வரை உயர்வாக இருக்கின்றன.

செய்திகள் தகவல்கள் இருந்தனதான் அதனால்தான் பங்குச்சந்தை உயர்ந்தது. பிறகு விழுந்தது. மீண்டும் உயர்ந்தது. ஆனாலும்கூட அவையெல்லாம் வெறும் புள்ளி விவரங்கள் மற்றும் தகவல்கள் அடிப்படையில் நடந்தது அல்ல. எல்லாம் தெரிந்தவர்களால் மட்டும் நடத்தப்படவில்லை. அவர்களோடு சேர்ந்து பெரும் எண்ணிக்கையிலான சிறு முதலீட்டாளர்களும் நிறுவனங்களும் பரஸ்பர நிதிகளும் பங்குச்சந்தையை மேலும் கீழும் கொண்டு போகின்றன. எல்லாம் அவர்களுடைய உணர்வுகள் செய்கிற வேலை அப்படிப்பட்ட பங்குச் சந்தையின் ஒட்டுமொத்த உணர்வுகளை ஏற்றி இறக்கும்போது இப்படித்தான் இருக்கும்.

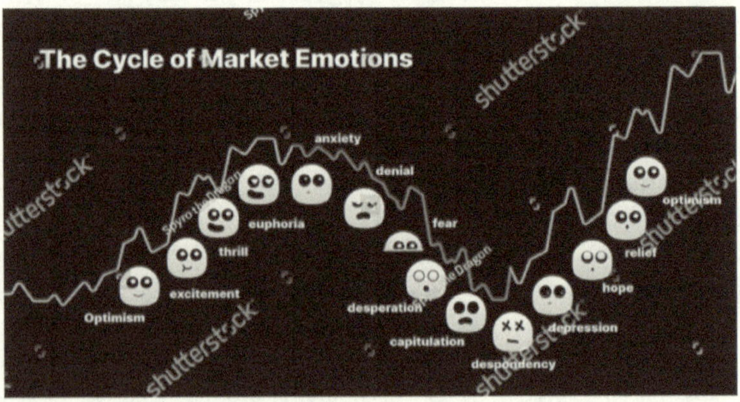

பங்குச் சந்தை தொடர்ந்து விலைகள் இறங்கி சாதாரணமாக இருக்கிற பொழுது வெளிவருகிற புள்ளிவிவரங்கள் பணவீக்கம் குறைவாக இருக்கிறது; நாட்டில் வளர்ச்சி அதிகமாகின்றது; சில கார்ப்பரேட் நிறுவனங்களின் லாபங்கள் அதிகரிக்கின்றன என்பதைக் காட்டும் பொழுது முதலீட்டாளர்களுக்கு நம்பிக்கை உண்டாகும். அந்த உணர்வின் பெயர் ஆப்டிமிசம்.

அதன் காரணமாக அவர்கள் பங்குகளை வாங்குவார்கள். பங்கு விலைகள் அதுவரை இல்லாத மாதிரி உயர ஆரம்பிக்கும். அதை கவனித்த மற்றும் பலரும் உள்ளே வருவார்கள். தொடர்ந்து புள்ளிவிவரங்கள் சாதகமாக வரும். உடனே சந்தையில் ஒரு மிகப் பெரிய ஆர்வம் கிளம்பி விடும். அந்த உணர்வின் பெயர் எக்ஸைட்மெண்ட்.

அதற்குப் பிறகு 'ஆஹா இப்படி எல்லோருக்கும் ஆசை வந்திருக்கிறதே... பலரும் பணத்தைக் கொண்டு வருகிறார்கள்... இவர்கள் எல்லாம் வலையில் விழ வைத்து ஏமாற்ற முடியுமே!' என்று நினைத்துப் பலரும் உள்ளே வருவார்கள். அவர்கள் வரவாலும் பங்கு விலைகள் மேலும் உயரும். அப்போது பங்குச்சந்தையில் நிலவும் உணர்வுக்குப் பெயர் திரில்.

அதற்கும் அடுத்த நிலை- கொதி நிலை. இனி பங்குகள்தான் உலகத்தில் வேறு எந்த முதலீடும் கிடையாது. எந்தப் பங்கை வாங்கினாலும் விலையேறும் பங்குகளை வாங்காதவர்கள் முட்டாள்கள். என்ன விலை கொடுத்தும் வாங்கலாம். பங்குச்சந்தை இனி இறங்கவே இறங்காது என்ற ஒரு நம்பிக்கைக்கு மக்கள் போய்விடுவார்கள். முதலீட்டாளர்கள் போய்விடுவார்கள். அந்த உணர்வு நிலைக்கு. பெயர், யுரோபியா.

இந்த நேரத்தில் விலைகள் மிக அதிகமாக, சில எச்சரிக்கைக் காரர்கள், 'இவ்வளவு போனதே மிக மிக அதிகம். இதற்கு மேலும் நிச்சயமாக இது போக முடியாது. இது எங்காவது விழுந்தாலும் விழுந்து விடலாம். அதன் காரணமாக நாம் இப்போது கிடைத்தது கையில் பிடிப்போம்' என்று அவர்கள் லாபத்தை பதிவு செய்ய ஆரம்பிப்பார்கள். விலைகளால் தொடர்ந்து உயர முடியாது கொஞ்சம் தளர்வடையும் தயங்கும். இதைப் பார்க்கிற மற்றவர்களுக்கு என்ன என்று புரியாது. ஏன் இது ஏறவில்லை என்ற ஒரு குழப்பமும் கவலையும் வரும். அந்த உணர்வின் பெயர்: அங்சைட்டி.

டினையல்

பங்கு விலைகள் விழுகிறது என்று தெரியும் ஆனால் எல்லோரும் விற்று விட மாட்டார்கள். இது தற்காலிகம்தான். மீண்டும் எழுந்து விடும் என்று நடப்பதைக் கண்களைத் திறந்து பார்க்க மாட்டார்கள். புரிந்துகொள்ள மாட்டார்கள். இந்த நிலைக்கு பெயர் அல்லது இந்த நிலையின் போது பெரும்பாலானவர்களுக்கு இருக்கிற உணர்வின் பெயர், டினையல்.

பியர்

அதற்குப் பிறகும் பங்குகள் விலை விழும். ஏற்கனவே நாம் பார்த்த பெரிய விலைகளை விட்டு விட்டோம்; அதற்குப் பிறகு விட்டிருக்கலாம். ஆனால் விற்காமல் தொடர்ந்து வைத்திருந்து, இப்பொழுது லாபத்தில் பெரும்பகுதி போய்விட்டது. ஓரளவுக்கு நட்டம் கூட வருகிற மாதிரி தெரிகிறது, இனி தாங்க முடியாது. விற்று வெளியேறி விடுவோம் என்று விற்பார்கள் இந்த நிலையில் பெரும்பாலான மக்களிற்கு இருக்கிற உணர்வின் பெயர், பியர்.

டெஸ்பரேஷன்

எப்படியாவது நல்ல விலை வந்து விடாதா? விற்றுவிட மாட்டோமோ என்று நினைப்பார்கள். சிலர் விற்க முடியாமல் தவித்துக் கொண்டிருப்பார்கள். இந்த உணர்வின் பெயர் டெஸ்பரேஷன்

கேப்புடுலேஷன்

சந்தைதான் பெரியது என்ற நினைப்பு அவர்களுக்கு வந்து விடும் ஒப்புக்கொள்வார்கள். இனி சண்டையின் போக்குக்கு எதிராகப் போராட மாட்டார்கள். சரணடைந்து விடுவார்கள். அதுதான் கேப்புடுலேசன்.

டெஸ்பாண்டன்சி

பங்கு விலைகள் படு பயங்கரமாக விழுவதைப் பார்க்கிறார்கள் அவர்களால் நம்பவே முடியவில்லை. அவர்களுக்கு சுத்தமாக நம்பிக்கை போய்விடுகிறது.

டிப்ரஷன்

லாபங்களைப் பதிவு செய்யாமல் விட்டதுடன் நட்டங்களையும் தடுக்காமல் விட்டு கடன் வாங்கி பங்குகள் மிக மோசமான விழிகளுக்கு போன காரணத்தினால் இனி என்ன செய்வது என்று புரியாமல் மனச்சோர்வு அடைந்து அமைதியாகிவிடும் நிலை டிப்ரஷன்.

ஹோப்

இப்பொழுது பங்குகளின் விலைகள் மிகக் குறைவாக இருக்கும். அதே சமயத்தில் பொருளாதாரம் அதனுடைய முந்தைய சிரமங்களை எல்லாம் சரிசெய்து கொண்டு மெல்ல மெல்ல உயர ஆரம்பிக்கும். அந்த சமயத்தில், இவர்கள் பார்க்கிற புள்ளி விவரங்கள் இவர்களுக்கு நம்பிக்கை கொடுக்கும் அந்த உணர்வின் பெயர் ஹோப்.

ரிலீப்

பங்கு விலைகள் வேகமாக உயர ஆரம்பிக்கும். பங்குச்சந்தைக்குள் புதியவர்கள் வருவார்கள். பல புதிய விளக்கங்கள் கிடைக்கும். பங்குச்சந்தை எவ்வளவு மோசம் இல்லை இவ்வளவு மலிவாக பங்குகள் கிடைக்காது நல்ல எதிர்காலம் இருக்கிறது என்று பலர் பேசுவார்கள். விலைகள் மேலும் உயரும். அப்பொழுது ஒட்டுமொத்த சந்தையின் மனப்போக்கு அல்லது அவருடைய உணர்வு, ரிலீப்.

ஆப்டிமிசம்

நம்பிக்கைகள் உறுதிப்பட்டு மேலும் பல சாதகமான புள்ளி விவரங்கள் மற்றும் கொள்கை முடிவுகள் வெளிவந்து, இனி பங்குகள்தான் என்பதுபோல மக்கள் மனதில் பெரிய நம்பிக்கை வந்துவிடும் அதன் பெயர், ஆப்டிமிசம்.

இப்படியாக பங்குச்சந்தை கீழே இறங்கி மெல்ல மெல்ல உயர்ந்து ஓர் உயரத்துக்கு போய் அங்கே தள்ளாடி, அங்கிருந்து தயங்கி தளர்ந்து மெல்ல இறங்கி, அல்லது பொத்தென்று விழுந்து, அதற்குப்

பிறகு மேலும் மேலும் விழுந்து கரையில் படுத்துக் கொண்டே விடும். பிறகு சில பல மாதங்கள், அல்லது ஆண்டுகள் கழித்து மெல்ல மெல்ல எழ ஆரம்பிக்கும்.

இவை எல்லாவற்றையும் நடத்துவது மக்களுடைய உணர்வுகளே.

2. g) உணர்வு என்ன(எல்லாம்) செய்யும்?

அ) தவறான முடிவுகள்

பங்குச் சந்தை என்பது ஏற்ற இறக்கங்கள் உடையது என்று எளிதாக சொல்லிவிடுவார்கள். எந்தப் பங்கும் குறிப்பிட்ட ஆண்டிலோ, ஒரு குறிப்பிட்ட மாதத்திலோ, அவ்வளவு ஏன், ஒரு குறிப்பிட்ட நாளில் கூட ஒரே வெளியில் அப்படியே நிற்பதில்லை. தண்ணீரின் மீது மிதக்கிற கப்பலைப் போல இப்படியும் அப்படியே பங்குகளின் விலைகள் சிறிய அளவுகளிலாவது மாறிக்கொண்டேதான் இருக்கும்.

இது குறைந்தபட்சம். இவற்றில் சில பங்குகள், அதிக வாலட்டாலிட்டி உள்ள பங்குகள் என்றால், ஏற்ற இறக்கங்கள் இருக்கிற 50 அல்லது சென்செக்ஸ் இருக்கிற 30 வலுவான பங்குகளாகக் கூட இருக்கலாம். ஒரு நாளில் செய்தி என்ன ஒவ்வொரு ஐந்து நிமிடத்திற்கும் மாறிக்கொண்டிருக்கும். அந்த நிறுவனத்தின் வாய்ப்புகளும் சிக்கல்களும் ஒவ்வொரு ஐந்து நிமிடமுமாக மாறும்?

ஆனால் பங்கு விலைகள் மாறிக்கொண்டே இருக்கும். ஏதாவது ஒரு நேரத்தில் வாங்குவோம்; அல்லது விற்போம். நாம் எந்த வழியில் வர்த்தகம் செய்தோமோ, அதே வழியில் அந்தப் பங்கு அன்றைய தினமும் அதற்கு அடுத்த நாட்களிலும் இருக்காது. ஒன்று - ஏறும் அல்லது இறங்கும். அதனால் நாம் நல்ல விலையை

தவற விட்டு விட்டோம். அல்லது, உயர்ந்தவிலையில் வாங்கி விட்டோம் என்பது போன்ற நினைப்பு வரும்.

நினைப்பு சங்கடத்தை உண்டாக்கலாம். அதனால் நாம் வேறு நடவடிக்கைகள் எடுப்போம். இப்படித்தான் உணர்வுகள் பங்குச்சந்தையில் ஒரு மனிதனுடைய நடவடிக்கைகளைத் தீர்மானிக்கிறது.

நம் நாட்டிற்குப் பொருந்துமா? இது எங்கே எப்படி செய்தார்கள் என்ற கேள்விகள் அவசியம் இல்லாததை. பொதுவாக புரிந்து கொள்வதற்கு இந்த தகவல் உதவும். அது என்ன தகவல்?

BlackRock.com என்ற இணையதளத்தில் காணப்படுகிற தகவல் படி, 1992 முதல் 20 ஆண்டுகளுக்கு அமெரிக்காவில் பலரும் செய்த வர்த்தகத்தை எடுத்து ஆராய்ந்து பார்த்திருக்கிறார்கள். அதில், ஒட்டுமொத்த சந்தையும் சுமார் 8% விலை உயர்வு கண்டிருந்த நிலையில், அடிக்கடி வாங்கி, விற்றுக்கொண்டிருந்த டிரேடர்களுக்கு கிடைத்த சராசரி லாபம் 2 சதவீதம் மட்டுமே.

ஆ) யுரோபியா (Euphoria)

யுரோபியா என்று பங்குச்சந்தையின் ஒரு பதம் உண்டு. கண்மூடித்தனமாக பங்குகளின் விலைகள் ஏறுவதைத்தான் அப்படி சொல்வார்கள். சில குறிப்பிட்ட பங்குகளை முதலீட்டாளர்கள் துரத்தித் துரத்தி வாங்குவார்கள். என்ன விலை போனாலும் வாங்குவார்கள். ஒரு நேரத்தில் அமெரிக்காவில் ஆப்பிள் நிறுவனப் பங்குகளை அப்படி வாங்கி இருக்கிறார்கள். அதற்குப் பின்னால் என்விடியா என்ற செயற்கை நுண்ணறிவுத் துறையில் இருக்கிற பங்கை வாங்கிக் கொண்டே இருந்தார்கள்.

'அது நல்ல பங்கு. நன்றாக சம்பாதிக்கும். அதற்கு நிறைய வாய்ப்புகள் இருக்கின்றன' என்பது போன்ற பொதுவான கருத்து அல்லது அபிப்பிராயம் மிக வலுவாக இருக்கும். மற்றபடி, அதுவரை அந்த நிறுவனம் என்ன செய்திருக்கிறது? அதன் வசம் எவ்வளவு வியாபார வாய்ப்புகள் இருக்கின்றன? அதன் மூலம் அதனால் எவ்வளவு லாபம் செய்ய முடியும்? போன்ற கணக்குகள் எதற்கும் அவை நடக்கிற விலைகள் ஒத்துவராது. மிக அதிகமாக இருக்கும்.

அதேபோல ஏதோ ஒரு ஆட்சி மாற்றம். அல்லது அரசின் கொள்கை மாற்றம் போன்றவற்றை சந்தை பெரும் நேர்மறை விடயமாக எடுத்துக்கொண்டு, அதன் மூலம் மிகப்பெரும் மாற்றங்கள் வரப்போவதாக கணித்து, தொடர்ந்து உயர்ந்து கொண்டே போகும். 'மார்க்கெட்டின் பண்டமெண்டல்ஸ்' க்கும், பங்கு விலைகள் மற்றும் சந்திக் குறியீட்டு எண்கள் உயரும் அளவுகளுக்கும் தொடர்பு இருக்காது.

இதுவும் உணர்வு செய்யும் வேலைதான்.

இ) சமீபத்திய நிகழ்வுக்கு அதிக முக்கியத்துவம் கொடுப்பது.

இதற்கு எடுத்துக்காட்டு சொல்வதென்றால், அமெரிக்கா அதிபர் இந்தியா செய்கிற ஏற்றுமதிகளுக்கு *50%* இறக்குமதி தீர்வை என்று ஆகஸ்ட் மாதம் *2025* ல் உத்தரவு போட்டது ஓர் நிகழ்வு. அதற்கு முன்னர் ஏப்ரல் மாதமே அவர் இது போன்றவற்றைச் செய்யப் போகிறேன் என்று தெரிவித்துவிட்டார். அப்போதிலிருந்தே இந்தியப் பங்குச் சந்தையில் அமெரிக்காவிற்கு ஏற்றுமதி செய்யும் பல நிறுவனங்களின் பங்கு விலைகள் இறங்கின.

அதன் பிறகு ஓரிரு மாதங்களில் வெவ்வேறு காரணங்களுக்காக முன்பு விலை இறங்கிய பங்குகள் பல விலை உயர்ந்துவிட்டன. ஆனாலும், ஒரு சிலர் முன்பு நிகழ்ந்த அந்த நிகழ்வை மறக்கவே மாட்டார்கள். அந்த நிகழ்வால் ஏற்படக்கூடிய தாக்கங்கள் அவர்கள் மனதை விட்டுப் போகாது. விடாமல் யோசித்துக் கொண்டே இருப்பார்க.ள் முக்கியத்துவம் கொடுப்பார்கள். அதனால், நிலைமை மாறிய பின்பும் அந்தப் பங்குகளை வாங்க மாட்டார்கள்.

கெட்ட செய்திகளுக்கு மட்டுமல்ல. நல்ல செய்திகள் நிகழ்வுகளுக்கும் கூட அப்படி முக்கியத்துவம் கொடுத்து, அவற்றின் தாக்கம் மறைந்த பின்னரும் சிலர் விடாமல் அதையே நினைத்துக் கொண்டிருப்பார்கள்.

இப்படிப்பட்ட ட்ரேடர்கள் முதலீட்டாளர்கள் மனநிலையை எடுத்துக்காட்டுக்காக மட்டும் சொல்வது என்றால், கோகுல்தாஸ் எக்ஸ்போர்ட்ஸ் பங்கை சொல்லலாம்.

கோகுல்தாஸ் எக்ஸ்போர்ட்ஸ் விலை சார்ட்

2025 ஏப்ரல் மாதம் 828 ரூபாய். பின்பு மே மாதம் 1012 ரூபாய். அதன்பிறகு டேரிஃப் அறிவிக்கப்பட்ட ஆகஸ்ட் மாதம் 717 ரூபாய். பிறகு நவம்பர் மாதம்.924 ரூபாய். நவம்பர் மாதத்தில் அமெரிக்க அதிபர் டாரிப் விழுக்காட்டை மாற்றவில்லை. அதே 50 விழுக்காடுதான். ஆனாலும் பங்கு விலை மீண்டு விட்டது.. அதன் பிறகு வேறு காரணங்களுக்காக இறங்கியது என்பது வேறொரு கதை.

அவந்தி பீட்ஸ் லிமிடெட் என்கிற நிறுவனம். அமெரிக்காவிற்கு ஏற்றுமதி செய்கிற முக்கிய இந்திய நிறுவனங்களில் ஒன்று. மேலே பார்த்த கூகுள் தாஸ் எக்ஸ்போர்ட் போலவே இந்த பங்கின் விலை சாட்டிலும் ஏப்ரல் மாதம் இறக்கம் கண்டு அதற்குப் பிறகு உயர்ந்து மீண்டும் ஆகஸ்ட் மாதம் இறக்கம் கண்டு அதற்குப் பிறகு மீண்டும் விலை உயர்ந்தது. பார்க்கலாம்.

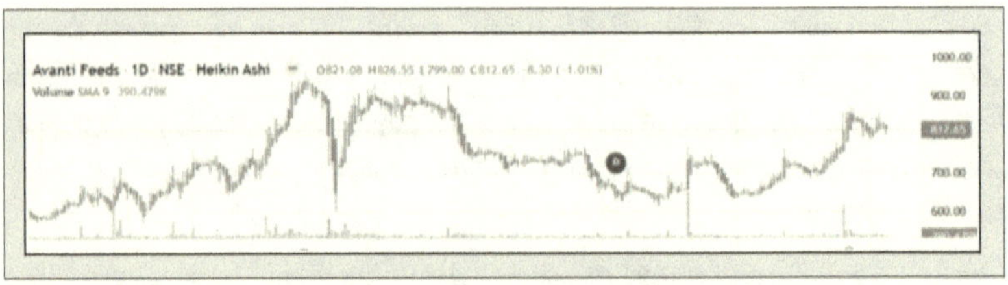

அவண்டி பீட்ஸ் விலை சார்ட்

அதாவது, விதிக்கப்பட்ட 50 சதவீத இறக்குமதி தீர்வையில் மாற்றம் இல்லாத போதும் கூட, அந்தப் பங்கின் மற்ற பல்வேறு பிற சாதகமான அம்சங்கள் காரணமாக, பங்கு விலை மீண்டும் உயர்ந்து விடுகிறது. ஆனால், எல்லா முதலீட்டாளர்களும், டிரேடர்களும் அதைக் கவனிப்பதில்லை. ஒரு நிகழ்வு கூடுதல் தாக்கம் கொடுத்து, அந்தப் பங்கின் அருகில் வர விடாமல் தடுக்கிறது.

ஈ) 'இதனால், இது, இப்படி ஆகப் போகிறது' என்ற சொல்லப்படும் 'நேரேட்டிவ்' களை (கதைகளை) அப்படியே நம்புவது.

ஒரு குறிப்பிட்ட பங்கின் விலையை உயர்த்துவது என்று சில ஆப்பரேட்டர்கள் முடிவு செய்துவிட்டால், அவர்கள் அது ஏன் விலை ஏறும் என்பதற்கு பல கதைகள் சொல்வார்கள். அவற்றில் சில உண்மையாக இருக்கலாம். வேறு சில புனையப்பட்டதாக இருக்கலாம்.

இது சரியாக இருக்குமா? என்று யோசிக்க மாட்டார்கள். அது குறித்து ஆராய மாட்டார்கள்.

முந்தைய ஹர்ஷத் மேத்தா காலத்திய புல் ரன்னில் மெட்டல் பாக்ஸ், ஏசிசி, போன்ற பங்குகள் குறித்து 'ரீபிளேஸ்மென்ட் காஸ்ட்' போன்ற பல 'நேரேடிவ்'கள் சொல்லப்பட்டன. மக்கள் வாங்கினார்கள். 'நேரேடிவ்' களையும் அந்தப் பங்குகளையும் .

ஏசிசி என்கிற சிமெண்ட் நிறுவன பங்கு ரூபாய் 200 இருந்து 9000க்கு எடுத்துச் செல்லப்பட்டது. பிறகு மிகக் குறைந்த விலைக்கு விழுந்தது .

உ) தாங்கள் ஈட்டுகிற லாபங்களுக்கு தங்கள் திறமையையும் செய்கிற நட்டங்களுக்கு பங்குச்சந்தையையும் காரணமாக நினைத்துக் கொள்வது, நம்புவது, சொல்வது.

நான் பங்குச்சந்தையில் வர்த்தகம் செய்ய ஆரம்பித்திருந்த நேரம். இன்றைக்குத் தெரிந்திருப்பதில் ஒரு சதவீதம் கூட அப்போது எனக்கு பங்குச் சந்தை பற்றித் தெரியாது.

ஒரு குறிப்பிட்ட பங்கை வாங்கி, விற்றதில் லாபம் கிடைத்தது. அதை என் தந்தையிடம் பெருமையாகக் கூறினேன். அவர் முப்பது நாற்பது ஆண்டுகளாக பங்குச்சந்தையில் இயங்கிக்கொண்டிருந்தவர். 1960களில், லேண்ட் லைன் போனில் ட்ரங்க் கால் போட்டு, பம்பாய் மற்றும் கல்கத்தா ஸ்டாக் எக்ஸ்சேஞ்சர்களின் பங்குகள் வாங்குகிற அளவிற்கு அதில் ஈடுபாடு கொண்டிருந்தார்.

"நான் லாபம் செய்து விட்டேன். எனக்குப் பங்குச்சந்தை புரிந்து விட்டது" என்பது போல பேச, அவர் அப்போது சொன்னது, எனக்கு இன்னமும் நினைவிருக்கிறது.

"சந்தை நன்றாக இருக்கிறபோது, எல்லோருமே வெற்றியாளர்கள்தான்."

அவர் சொல்லாமல் விட்டது, 'நீ லாபம் செய்தது, உன் திறமையால் அல்ல. மகனே. சந்தை நன்றாக இருக்கிற காரணத்தால்.'

ஊ) எங்கோ ஒருமுறை தெரிந்து கொண்ட ஒரு விடயம் அல்லது ஒரு தகவலை விடாமல் பிடித்துக்கொண்டு, அதன் அடிப்படையிலேயே எப்போதும் முடிவுகள் எடுப்பது.

ஐபிஓ வில் பங்குகள் வாங்கினால் அது நிச்சய லாபம் கொடுக்கும்

ஐ.பி.ஓ வில் கிடைக்கிற பங்குகளை விலை இறங்கினாலும் தொடர்ந்து வைத்துக்கொண்டே இருக்க வேண்டும்.

வாங்கிய பிறகு பங்கின் விலை இறங்கினால், இறங்க இறங்க தொடர்ந்து வாங்கி, சராசரி விலையைக் குறைத்துக்கொள்ள வேண்டும். பிறகு சிறிது விலை ஏறினாலும் விற்று வெளியேற முடியும்.

ரிலேட்டிவ் பிரைஸ் இன்டெக்ஸ் என்கிற RSI 70க்கு மேல் போயிருந்தால் அந்த பங்கு விலை ஓவர் பாட் அது இறங்குவதற்கான வாய்ப்புகள் அதிகம். அதே RSI 30க்குக் கீழ் வந்தால் அது ஓவர் சோல்ட் பகுதிக்கு வந்துவிட்டது அதனால் அதற்கு மேல் அது விலை இறங்குவதற்கான வாய்ப்புகள் குறைவு, அங்கிருந்து ஏறலாம்.

என்பது போன்ற சில காதில் விழுந்தவற்றை, படித்து தெரிந்து கொண்டவற்றை விடாமல், எல்லா காலத்திலும் எல்லா சூழ்நிலையிலும் பின்பற்றுவது.

எல்லா டெக்னிக்கல் அனாலிசிஸ் புத்தகங்களிலும் மேலே பார்த்த 'RSI பற்றிய தகவல் இருக்கும். நான் எழுதிய அள்ள அள்ளப் பணம்- 5. டிரேடிங் என்கிற புத்தகத்தில் கூட அது குறித்து விளக்கங்கள் கொடுத்திருக்கிறேன்.

இது என் மனதில் ஆழமாகப் பதிந்த ஒன்று என்பது எனக்கே சமீபத்தில்தான் தெரியவந்தது. சந்தையைக் கவனிக்கிறபோது அல்லது எவரும் என்னிடம் ஆலோசனைகள் கேட்டு, பேசுகிற போது, அவர்கள் குறிப்பிடுகிற பங்குகள் குறித்து நான் ஆராய்வேன்.

விவரங்கள் தேடுவேன். அவற்றில் RSI பற்றிய தேடுதலும் ஒன்று. RSI அதிகமாக 70க்கு அதிகமாக இருந்தால், தவிர்த்துவிடச் சொல்வேன். சற்றுப் பொறுத்து இருக்கச் சொல்வேன்.

நவம்பர் மாதம் 2025 இல் நாட்டில் வட்டி விகிதங்கள் குறைவாக இருக்கிறது, வங்கிகளின் 'நான் பெர்பார்மிங் அசெட்' என்கிற வருமானம் தராத, ஈட்டித் தராத சொத்துக்கள் அளவு குறைந்து கொண்டே வருகிறது போன்றவற்றையெல்லாம் கவனித்து, நல்ல காலாண்டு முடிவுகள் கொடுத்திருந்த சில வங்கி பங்குகளையும் சில நிதித் துறைப் பங்குகளையும் வாங்கினேன்.

வாங்கியபின் அவற்றின் விலைகள் ஓரளவு உயர்ந்தது. அப்போது அவற்றின் RSI பார்த்தேன். ரிசல்ட் எவ்வளவு நன்றாக இருந்தாலும் கூட இப்போதைக்கு இதற்கு மேல் ஏற முடியாது. விற்று விடுவோம். இந்த லாபத்தை கையில் பிடிப்போம். பிறகு RSI இறங்க வேண்டும். இறங்கினால் விலையும் இறங்கத்தானே செய்யும் அப்பொழுது வாங்கிக் கொண்டு விடலாம் என்கிற நினைப்பில் விற்றுவிட்டேன்.

அதன் பிறகும் அந்தப் பங்குகளின் விலைகள் தொடர்ந்து உயர்ந்தன RSI 80, 85 அளவு கூட போனது. பங்கு விலை குறையவில்லை. சில பங்குகளில் RSI 19 15 என்கிற அளவிற்கு எல்லாம் போய் அதற்குப் பிறகு வாங்குவார் இல்லாமல் தரையிலேயே படுத்துக் கிடந்தது.

அதனால் கிடைத்த அடுத்த புரிதல் சில பொதுவான விதிகள் எல்லா நேரங்களிலும் எல்லா பங்குகளுக்கும் அப்படியே பொருந்தாது என்பதுதான். ஒருவருக்கு இருக்கக்கூடிய சர்க்கரை அளவு அவருடைய ரத்தக் கொதிப்பு அளவு எல்லாம் எவ்வளவு இருக்க வேண்டும் என்று மருத்துவர்கள் சொல்வதுண்டு. காலையில் உணவு எடுத்துக் கொள்வதற்கு முன்பு சோதனை செய்தால் இருக்க வேண்டிய ஃபாஸ்டிங் சுகர் அளவு நூத்தி இருபதுக்குக் கீழ் என்பார்கள். அதேபோல ரத்தக்கொதிப்பு 120/80 இருக்க வேண்டும் என்பார்கள்.

ஆனால், சிலருக்குக் கூடுதலாக இருக்கும். அப்போது கூட அவர்களுடைய மருத்துவர்கள் சொல்வார்கள் உங்கள் வயதுக்கு இருக்கலாம். உங்களுடைய பழக்க வழக்கங்களுக்கு இருக்கலாம் என்பது போல, வேறு சிலருக்கு அவை கூடுதலாக இருந்தால்

கூட வேறு எந்தத் தொந்தரவும் வராது. அவருடைய உடல் வாகு அப்படி இருக்கலாம்.

கீழே கொடுக்கப்பட்டிருக்கும் கனரா வங்கி ‘ஷேர் ப்ரைஸ்சார்ட்’ டைப் பார்த்தால் தெரியும். அதன் *RSI 82* போன பிறகும், தொடர்ந்து விலை உயர்ந்துகொண்டே போயிருக்கிறது. *’70* க்கு மேல் போனாலே ‘அதிகம் வாங்கப்பட்டு விட்ட’ ‘ ஓவர் பாட் ஜோன்.’ அதனால். அதற்கு மேல் விலை ஏற முடியாது’ என்கிற ‘தியரி’ இங்கே சரியாக நடக்கவில்லை.

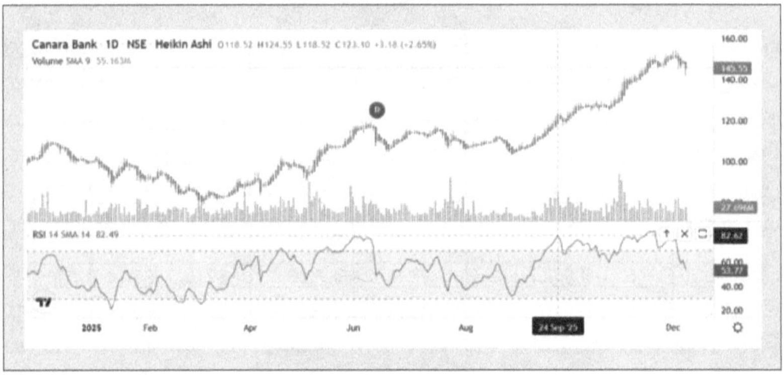

கனரா பேங்க் விலை சார்ட்

பால்மர் அண்ட் லாரி இன்வெஸ்ட்மென்ட் பங்கு விலை, தொடர்ந்து இறங்கி, ஒரு கட்டத்தில் அதன் *RSI 21*க்கு அருகில் வந்துவிட்டது. அதாவது *30*க்கு வெகு தூரம் கீழே. *RSI 30*துக்குக் கீழ் போய்விட்டால், அது, ‘ஓவர் சோல்ட்’ எனப்படும் ‘அதிகம் விற்கப்பட்டுவிட்டது. இனி விலை உயரும்’ என்பது என்ன ஆனது?

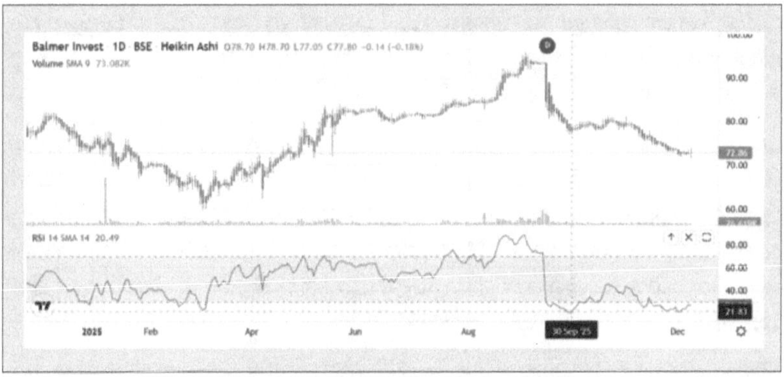

பால்மர் & லார்ரி விலை சார்ட்

எ) பங்குச்சந்தையில் இயங்குபவர்களுடைய தனிப்பட்ட குணாதிசயங்கள் மற்றும் அவருடைய அபிப்பிராயங்கள் அவர்களுடைய முடிவுகளைப் பாதிக்கும்.

1980களின் தொடக்கத்தில் நான் பங்குச் சந்தைக்குள் வந்தேன். பங்குகள் வாங்க விற்க மற்றும் அவற்றைக் கவனிக்க ஆரம்பித்தேன்.

என் தந்தைக்கு அறிமுககமாகி இருந்த ஒரு சென்னை ஸ்டாக் புரோக்கர் அவர். அப்போது புரோக்கர் என்றால் அவர்கள் அவர் மெட்ராஸ் ஸ்டாக் எக்சேஞ் மெம்பர் ஆக இருக்க வேண்டும். மற்றவர்கள் எல்லாம் சப் புரோக்கர்கள். மெட்ராஸ் ஸ்டாக் எக்ஸ்சேஞ்ச் மெம்பர்களும், அவர்களது அனுமதிக்கப்பட்ட பிரதிநிதிகளான 'ஆத்தரைஸ்டு அசிஸ்டன்ட்' களும், சென்னை பாரிமுனை, செகண்ட்லைன் பீச் ரோட்டில் இயங்கிய சென்னை பங்குச் சந்தையின், வர்த்தகம் நடக்கும் அந்தப் பெரிய ஹாலுக்குள் போகலாம். போய் வர்த்தக நேரத்தில் பங்குகள் வாங்கலாம், விற்கலாம். அந்த ஹாலை 'டிரேடிங் ஃப்ளோர்' என்பார்கள்.

அந்தக் குறிப்பிட்ட தரகரை சென்னை ஸ்டாக்கிங் சேஞ்சில் இருந்த அனைவரும் அறிவர். அவரை, 'பெரிய கரடி' எனும் பொருள்பட 'பிக் ஃபேர்' என்பார்கள்.

பியூச்சர்ஸ் & ஆப்ஷன்ஸ் அறிமுகப்படுத்தப்படாத அந்தக் காலத்தில், அதற்கு இணையான 'பட்லா' என்று ஒருவகை வர்த்தகம் இருந்தது. அந்தவகை வர்த்தகத்தில் கையில் இல்லாமல்

பங்குகளை விற்று வைக்கலாம். அதாவது ஷார்ட் போகலாம். பின்னர் விலை வேறுபாட்டைக் கொடுக்க வேண்டும். அல்லது விற்ற பங்குகளை டெலிவரி கொடுக்க வேண்டும்.

அந்தக் குறிப்பிட்ட தரகர் அதற்குப் புகழ்பெற்றவர். யார் கேட்டாலும் விற்பார். அவர்கள் கேட்கும் பங்குகள் அவரிடம் இருந்தாலும் இல்லாவிட்டாலும் விற்பார். அதாவது விற்று வைப்பார். ரிலையன்ஸ் போன்ற பெரிய நிறுவனப் பங்குகளைக் கூட எல்லா விலைகளிலும் தொடர்ந்து விற்பார். மொத்தத்தில் அவர் ஒரு பெரிய 'பிக் ஃபேர்'.

இந்த இடத்தில் அவரைக் குறிப்பிடுவதற்குக் காரணம், அவர், மற்ற பல வழிகளில் பங்குச்சந்தையில் நன்றாக பணம் சம்பாதித்து இருந்த போதும, இந்த ஒரு அணுகுமுறையினால் பெரிய அளவில் நடப்பட்டார். அவருடைய எல்லா லாபங்களும் போக, நிகர் நட்டம் என்று கேள்விப்பட்டேன்.

அவ்வளவு தூரம் அவர் விட்டதற்கும் நடப்பட்டதற்கும் காரணம், அவருடைய மிக வலுவான ஓர் எண்ணம் மற்றும் குணாதிசயம்தான் காரணமாக இருக்க வேண்டும். அந்த எண்ணம், 'இவர்கள் எல்லாம் உயர்ந்த விலைகளில் வாங்கிக் கொண்டிருக்கிறார்கள். அது எவ்வளவு நல்ல பங்காக இருந்தாலும், ஒரு நாள் விலை இறங்கத்தான் செய்யும். அதனால் இப்பொழுது அவர்கள் கேட்கிற விலைகளில் தாராளமாகக் கொடுக்கலாம். பின்னர் விலை இறங்கிய பிறகு, வாங்கி, சரிசெய்து கொண்டு விடலாம். நமக்கு லாபம் கிடைக்கும்'.

இயல்பில் அவர் மிக நல்லவர். பலருக்கும் உதவி செய்தவர். ஆனால், பங்குச்சந்தை குறித்து அவருக்கு இருந்த ஒரு குறிப்பிட்ட 'வலுவான அபிப்ராயம்' அவருடைய லாப நட்டங்களில் பெரிய தாக்கம் கொடுத்தது.

அவர் மிகப் பெரிய அளவில் செய்த காரணத்தால், பலருக்கும் அது தெரிய வந்தது. ஆனால், இன்று வெளியே தெரியாமல் எவ்வளவு பேர் அவர்களுடைய அபிப்பிராயங்கள் காரணமாக பங்குச் சந்தையில் லாபம் தராதவற்றைச் செய்து நட்டப்பட்டுக் கொண்டிருக்கிறார்கள்.

2. h) பிகேவியரல் பைனான்ஸ் சொல்வது

தனி மனிதர்களிடம் காணப்படும் வலுவான அபிப்பிராயங்கள் எவை என்று. 'பிகேவியரல் பைனான்ஸ்' நிபுணர்கள் ஆராய்ந்திருக்கிறார்கள். அவற்றில் ஒன்று, பலரிடமும் காணப்படும் சில பொதுவான 'பயஸ்' *(Bias)*கள். பயஸ் என்றால், நடுநிலையாக இல்லாமல், ஒரு கருத்து சார்பாக அல்லது ஒரு பக்கம் சாய்ந்து இருப்பது.

இவற்றை 'காஃனிடின்வ் பையஸ்'கள் என்பார்கள். அவற்றில் சிலவற்றைப் பார்க்கலாம்.

அ) கன்ஃபர்மேஷன் பயஸ்.

மேலே பார்த்தது போல மக்களுக்கு பலவிதமான அபிப்ராயங்கள் இருக்கின்றன. அது அவர்களுடைய பங்குச் சந்தை அனுபவம் மற்றும் மற்றவர்கள் சொல்லக் கேட்டது போன்றவற்றால் வந்திருக்கலாம். இது எப்படி இருந்தாலும் ஒவ்வொருவருக்கும் ஒரு குறிப்பிட்ட விதமான அபிப்ராயங்கள் உண்டு.

சந்தையில் பலவும் நடக்கின்றன. விலை ஏறுகிறது, இறங்குகிறது. நிறுவனங்களின் செயல்பாடுகள் குறித்த ரிசல்ட் வருகிறது. அரசு சில முடிவுகளை அறிவிக்கிறது. இப்படி எது நடந்தாலும் அவற்றிலிருந்து ஒரு குறிப்பிட்ட விதமான தகவல்களை மட்டும் பிரித்து எடுத்து, அதற்கு முக்கியத்துவம் கொடுப்பதற்குப் பெயர், கன்ஃபர்மேஷன் பயஸ்.

கன்ஃபர்மேஷன் என்றால் உறுதிப்படுத்துவது. எதை உறுதிப்படுத்து கிறார்கள்? அவர்கள் எதை நம்புகிறார்களோ அதற்கு ஏற்ற ஆதாரங்களை மட்டும் எடுத்துக்கொண்டு அவர்களுடைய நம்பிக்கை சரிதான் என்று உறுதிப்படுத்திக்கொள்கிறார்கள்.

பயஸ் என்றால், நடுநிலைமை அல்ல. ஒரு குறிப்பிட்ட பக்கம் சாய்வு என்று பொருள். மக்களின் இப்படிப்பட்ட அணுகுமுறை சரியில்லை என்பதால், அதை 'பயஸ்' என்கிற வகையில் கொண்டு வந்து விட்டார்கள்.

மக்களில் பெரும்பாலானவர்கள் அவர்கள் நம்புவதையே வெளி உலகில் பார்க்க விரும்புகிறார்கள். அவர்கள் நம்பாததை அவர்களால் கவனிக்க முடிவதில்லை. முதலில் ஒரு அப்பிராயத்தை உண்டாக்கிக் கொள்வது பிறகு அந்த அபிப்ராயம் சரிதான் என்பதற்கு ஏற்ற ஆதாரங்களை வெளியிலிருந்து எடுத்துக் கொள்வது.

நம் கருத்தோடு ஒத்துப்போவோர்களுடைய பேச்சுக்களையே கேட்க விரும்புகிறோம். மாறான பேச்சுக்களை அல்ல. நமக்குப் பிடித்த பேச்சாளர்கள் யார்? பிடித்த எழுத்தாளர்கள் யார்? பிடித்த நடிகர்? எந்தக் கட்சிக்காரராவது அவருடைய கட்சிக்கு மாறான கருத்துகளை சொல்லுகிற எதிர்க்கட்சியின் தொலைக்காட்சியை பார்க்கிறார்களா? அவர்களால் பார்க்க முடியுமா? அதில் சொல்லப்படுவதைக் கேட்டுக்கொள்ள முடியுமா?

தேர்தல் முடிவுகள் அறிவிக்கப்படுகின்றன ஒரு குறிப்பிட்ட கட்சி ஜெயித்துக்கொண்டிருக்கிறது. ஆனால் எதிர்க்கட்சியின் தொலைக்காட்சியை பாருங்கள்- ஜெயித்திருப்பது குறித்து அவர்கள் சொல்கிற நிலவரமே வேறாக இருக்கும். அந்தக் கட்சியைச் சார்ந்தவர்கள் அந்த தொலைக்காட்சி சொல்வதைத்தான் கேட்டுக் கொள்வார்கள் அதைத்தான் விரும்புவார்கள் அதைத்தான் மற்றவர்களுக்கும் சொல்வார்கள்.

இதெல்லாம் கன்பர்மேஷன் பயஸ். கவனிக்க வேண்டியது, முக்கியமாக இவை எல்லாம், பயஸ். இந்த பிரச்சினை நமக்கு வெளி உலகத்தில் இருப்பது ஒருவகை சிக்கல் என்றால், பங்கு சந்தையில் இருப்பது மற்றொரு வகை சிக்கல்.

ஒரு சுமாரான ரிசல்ட்டை நல்ல ரிசல்ட் ஆகப் பார்ப்பது. ஒரு

நல்ல ரிசல்ட்டை, சரியில்லை என்று நினைப்பது. பங்கு விலை உயர்வை, அதிகமில்லை என்று நினைப்பது. இன்னும் உயரக்கூடும் என்று நம்புவது; விலை இறக்கத்தை அதேபோல தங்களுடைய அபிப்பிராயத்தில் இருந்து பார்ப்பது. இவையெல்லாம் ஒருவரை பங்குச் சந்தை வர்த்தகத்தில் தவறு செய்ய வைக்கும். நட்டம் உண்டாக்கும்.

ஆ) லாஸ் அவர்ஷன் பயஸ்

இந்த பயஸின் பெயரே ஓரளவிற்கு, இது எப்படிப்பட்ட பயஸ் என்பதை சொல்லிவிடுகிறது. என்றால் நட்ட த்தின் மீது இருக்கிற பயம் அல்லது தவிர்க்கும் மனப்பான்மை.

ஒரு குறிப்பிட்ட வாய்ப்பில் நட்டம் செய்வதற்கும் லாபம் செய்வதற்கும் சரிசமமான வாய்ப்பு இருக்கிறது என்று வைத்துக் கொள்வோம் ஆனால் சிலருக்கு அந்த 50 விழுக்காடு வாய்ப்பு இருக்கிற நட்டம் பெரிதாக தெரியும். அதே அளவு வாய்ப்பு இருக்கிற லாபத்தை கவனிக்க மாட்டார்கள். அதன் மீது அவர்களுக்கு ஆர்வம் இருக்காது.

நட்டத்தைத் தவிர்ப்பதற்காக அந்த வர்த்தகத்தைத் தவிர்த்து விடுவார்கள். சிலர் பங்குச்சந்தை பக்கமே வராமல் இருப்பதற்குக் காரணம் அதில் நட்டம் வந்தாலும் வரலாம் என்கிற நினைப்பு.. அவர்களுக்குத் தெரியும் அதில் லாபம் வந்தாலும் வரலாம் என்பது. ஆனால், அதற்கு முக்கியத்துவம் கொடுக்க மாட்டார்கள்.

இளைய வயதினராக இருந்தும் கூட, அவட்களுடைய எல்லாப் பணத்தையும் மிக பாதுகாப்பான அஞ்சலகம் அல்லது வங்கி டிப்பாசிட்டுகளில் மட்டுமே, ‘குறைந்த வட்டி கிடைத்தாலும் பரவாயில்லை, நஷ்டமாகி விடக்கூடாது’ என்கிற பயத்தில் போட்டு வைப்பார்கள்.

இந்த வித பயத்துக்கு மற்றொரு எடுத்துக்காட்டு அவர்கள் வாங்கி வைத்திருக்கிற பங்குகள் சரியாகச் செயல்பட விட்டாலும் அவற்றின் விலை குறைய ஆரம்பித்தால் கூட அந்த குறைந்த விலைக்கு விற்று அவர்கள் நட்டத்தை கையில் பிடிக்க மாட்டார்கள். விற்காத வரை அது நஷ்டமில்லை என்றாவது ஒருநாள் ஏறும் அல்லவா என்பது போன்ற ஒரு மாயையில் உட்கார்ந்து இருப்பார்கள். பொதுவாக நட்டத்தை சந்திக்கிற பயம்தான் இந்த பயஸ்.

பங்குச் சந்தையின் பிதாமகன் முதலீடுகளின் மூலமாகவே உலகின் மிகப் பெரிய அளவில் பங்குகளில் பணம் பார்த்தவர் மதிப்புக்குரிய வாரன்பெட்.

அவர் 2022 ஆம் ஆண்டு முதலில் அமெரிக்க பங்குச் சந்தைகள் மிக அதிகமாக உயர்ந்திருக்கின்றன என்று சொல்லி அவர் கையில் இருக்கிற பல பங்குகளை விற்றுவிட்டு சுமார் 32 பில்லியன் டாலர் அளவிற்கு பணமாக வைத்துக்கொண்டு அதாவது மிகக் குறைந்த வட்டி தருகிற யுஎஸ் ட்ரஷரி ஷார்ட் டர்ம் பாண்டுகளை வைத்துக்கொண்டு அவருடைய நிறுவனம் Berkshire Hathaway இருக்கிறது.

ஆனால், அவர் விலை இறங்கப் போகிறது என்று சொல்லவில்லை சந்தை கவிழப்போகிறது என்று சொன்னால் அவருடைய எதிர்பார்ப்புக்கு மாறாக அமெரிக்க சந்தை உயர்ந்து கொண்டே இருக்கிறது இனி விழுந்தாலும் விழலாம். ஆனால் கிட்டத்தட்ட அவர் சொல்லிய பிறகு இரண்டு ஆண்டுகளுக்கு சந்தை தொடர்ந்து உயர்ந்தது.

ஒருவிதத்தில் இதை, 'டிஸிப்பிளிண்டு இன்வேஸ்டிங்' என்று சொல்லலாம். 'எனக்கு ஓரளவுக்கு லாபம் போதும். சந்தை மிக அதிகமாக உயர்ந்திருக்கிறது. வேறு காரணங்களுக்காக மேலும் உயர்ந்தாலும் உயரலாம். இறங்கினாலும் இறங்கலாம். எனக்கு அதுபற்றிக் கவலை இல்லை. கிடைத்தவரை நான் பத்திரப்படுத்திக் கொள்கிறேன். விற்று வெளியேறிவிடுகிறேன்' என்று அவர் நினைத்து செய்ததாக புரிந்துகொள்ளலாம்.

ஆனாலும், அடிப்படையில், அவர், அவருடைய நட்டத்தைத் தவிர்ப்பதற்காக எடுத்த முயற்சிகளில், தொடர்ந்து விற்காமல் வைத்திருந்தால் கிடைத்திருக்கக்கூடிய லாபத்தைத் தவற விட்டுவிட்டார். இதுதான் 'லாஸ் அவர்சன் பயஸ்.' இதற்குப் பங்குச்சந்தை பிதாமகனே விதிவிலக்கல்ல.

இ) ஸ்டேடஸ் கோ பயஸ்

'ஸ்டேட்டஸ் கோ' என்றால், தற்போது இருக்கிற நிலை என்று பொருள். சிலர் அவர்கள் வாங்கிய பொருட்களை அவற்றுக்கு சந்தையில் கூடுதல் விலை கிடைத்தாலும் அல்லது அவற்றின்

விலை தொடர்ந்து குறைந்துகொண்டே போனாலும் விற்கும் முடிவு எடுக்க மாட்டார்கள். வைத்திருப்பதைத் தொடர்வார்கள். அவற்றை விற்றுவிட்டு புதியது வாங்கினால் பயன் என்பது அவர்களுக்குத் தெரியும். ஆனாலும் அந்த முடிவெடுக்க மாட்டார்கள்.

நல்ல பங்குகள் என்று தெரிந்து வாங்குவார்கள். அதன்பிறகு அந்த நிறுவனத்தினுடைய வியாபாரத்தில் லாபத்தில் மாறுதல் வரும். அந்தப் பங்கை வைத்திருந்தால் தொடர்ந்து விலை குறைந்து விடும் என்பது அவர்களுக்குத் தெரியவரும். ஆனாலும் கூட விற்கும் முடிவை அவர்களால் எடுக்க முடியாது. இடங்கள், வீடுகள், உபகரணங்கள் போன்ற பலவற்றையும் இப்படித்தான். அது என்ன ஆனாலும் அது குறித்து முடிவெடுக்க மாட்டார்கள்.

பங்குகள் சொத்துக்கள் போன்ற நிதி தொடர்பானவற்றில் மட்டுமல்ல. ஸ்டேட்டஸ்கோ பயஸ், இன்னும் பலவற்றிலும் இருக்கிறது. இது ஒரு பொதுவான மனப்பிரச்சினை.

பல ஆண்டுகளாக ஒரே நிறுவனத்தின் மாத்திரைகளைத் தான் பயன்படுத்துவார்கள். மாற்ற மாட்டார்கள். அவர்கள் பார்த்துக்கொண்டிருக்கிற மருத்துவருக்கே வயதாகி விட்டாலும் கூட இவர்கள், வேறு மருத்துவரிடம் போக மாட்டார்கள். அவர்கள் சேவை எடுத்துக் கொள்கிற, வங்கி, படிக்கிற இதழ்கள் போன்றவற்றில் மட்டுமல்ல. அவர்கள் செல்லும் முடிதிருத்தும் நிலையம், துணி வெளுக்கும் இடங்கள், பொருட்கள் வாங்கும் கடைகள், அணியும் உடைகள் போன்ற எதிலும் சிறு மாற்றத்தைக் கூட அனுமதிக்க மாட்டார்கள்.

அதனால் அவர்களுக்கு லாபமோ நட்டமோ. அது குறித்துக் கவலை இல்லை. அவர்களுடைய பிரச்சினை என்பது, மாறுதலால் என்ன நடக்கும் என்கிற அச்சம்தான். அதனால், அவர்கள், “அப்படியே இருக்கட்டும்பா. எதையும் மாற்ற வேண்டாம். போகிறவரைக்கும் போகட்டும்” என்பது போன்ற மனநிலையில் இருப்பார்கள்.

இந்த மனநிலை உள்ளவர்கள் அவர்களுடைய முதலீடுகளிலும் இப்படித்தான் நடந்துகொள்வார்கள். பங்குச்சந்தையும் விதிவிலக்கு அல்ல.. ஏதோ ஒரு பங்கை எப்போதோ வாங்கியிருப்பார்கள். அது அப்போது நல்ல பங்காக இருந்திருக்கும். ஆனால் நிலைமையில்

மாறுதல் வந்த பிறகும், அது நன்கு தெரிந்தாலும், விற்கும் முடிவெடுக்கத் தயங்குவார்கள். காரணம், அது ஒரு மாறுதல். அவர்களுக்கு மாறுதல்கள் பிடிக்காது. மாறுதல்கள் மீது பயம்.

ஈ) நெகட்டிவ் பயஸ்

உலகில் நடக்கும் விடயங்களில் சில நன்றாக இருக்கும் சில நட்டம் ஏற்படுத்தும். பலரும் அவற்றை ஆராய்ந்து பார்த்து எது சரிவருமோ அதை வைத்து முடிவெடுப்பார்கள்.

இந்த பயம் இருக்கிற சிலரைப் பொறுத்தவரை எது நடந்தாலும் அதில் இருக்கிற எதிர்மறையான விடயங்கள் அவர்கள் கவனத்தைக் கவரும் அதற்கு கூடுதல் முக்கியத்துவம் கொடுப்பார்கள் அதற்காக கவலைப்படுவார்கள் அவர்கள் எடுக்கிற முடிவுகள் அதன் அடிப்படையிலேயே இருக்கும்.

இந்த காலாண்டு முடிவுகள் சரி இல்லை என்றால் அது எதனால் என்கிற காரணங்களைக் கூட பார்க்காமல் முடிவு சரி இல்லை என்கிற அந்த ஒற்றை வாக்கியத்தை மனதில் பெரிதுபடுத்தி முக்கியத்துவம் கொடுத்து ஒரு குறிப்பிட்ட பங்கை விற்று விடலாம். இது ஒரு தற்காலிகமான நிலை அந்த நிறுவனத்தில் வேலை நிறுத்தம் முடிவுக்கு வந்துவிடும் அதற்குப் பிறகு அடுத்த காலாண்டில் இருந்து மீண்டும் பழையபடி லாபம் வந்து விடும் என்றெல்லாம் அந்த நிறுவனத்தினர் சொன்னால் கூட தொலைக்காட்சி மூலம் இவர் தெரிந்து கொண்டால் கூட அவற்றுக்கு முக்கியத்துவம் கொடுக்க முடியாது. இப்போதைக்கு வேலை நிறுத்தம் நடக்கிறது. இது என்ன ஆகுமோ. என்பதுபோல அந்தக் குறிப்பிட்ட எதிர்மறையான தகவலுக்கு முக்கியத்துவம் கொடுக்கிற மனப்பாங்கு.

உ) ஓவர் கான்ஃபிடன்ஸ் பயஸ்

இந்த ஆங்கிலச் சொற்களுக்குப் பொருள் சொல்ல வேண்டிய அவசியம் இல்லை. ஓவர் கான்ஃபிடன்ஸ். தனக்கு எல்லாம் தெரியும் தன்னால் மிக சிறப்பாக செய்ய முடியாது தன்னால் தவறே செய்ய முடியாது நான் செய்வது எதுவும் தவறாகாது என்பது போன்ற அதீத தன்னம்பிக்கை என்கிற சிக்கல்.

'சந்தையை விட எவரும் பெரியவர் இல்லை' என்பது பங்குச் சந்தையில் புழங்குகிற அனுபவ மொழிகளில் ஒன்று. 'நம்மை விட சந்தைக்கு மிக அதிகம் தெரியும். அதனால், அது ஒரு குறிப்பிட்ட போக்கில் போகும்போது, அதை எதிர்க்க வேண்டாம்' என்பதும் மற்றொரு பங்குச்சந்தை அனுபவ மொழி.

பல ஏற்ற இறக்கங்களைப் பார்த்தவர்களே கூட பங்குச்சந்தையில் தவறு செய்துவிடுவார்கள். 'யானைக்கும் அடி சறுக்கும்' என்கிற தமிழ் பழமொழியை விடவா?

யானையின் கால்கள், அதிலும் அதன் பாதம் எவ்வளவு அகலம்! அவ்வளவு அகலமான பாதங்களைக் கொண்டு அவ்வளவு பெரிய சுற்றளவு கொண்ட கால்களால் நடக்கிறபோது சறுக்க முடியுமா? ஆனால்,. அது கூட நிகழும். அதனால், நீங்கள் எவ்வளவு பெரிய ஆளாக இருந்தாலும், உங்கள் கண்ணில் சில படாமல் போகலாம். நீங்கள் தவறான முடிவுகள் எடுக்கலாம். எனவே எச்சரிக்கையாக இருங்கள் என்று சொல்வதுதான் இந்த ஓவர் கான்ஃபிடன்ஸ் பயஸ்.

ஊ) ஸ்டடி ஆப் ஹியூரிஸ்டிக்ஸ்

நிறைய தரவுகள், அலசல்கள் எல்லாம் செய்து ஒரு முடிவு எடுப்பதற்குப் பதிலாக, தோராயமாக, 'இது இப்படித்தான் இருக்கக்கூடும்' என்று அவர்களுடைய உள் மனது சொல்வதைக் கேட்டு முடிவு எடுப்பது.

சில சமயங்களில் சரியாக வரும். பல சமயங்களில் சரியாக வராது. அனுமானங்களின் அடிப்படையில் எடுக்கின்ற முடிவுகள்.

எ) லாஸ் அவர்ஷன் பயஸ் (2)

ஓவர் கான்ஃபிடன்ஸ் பயஸ் ஒருவர் அவருக்கு ஏற்படக்கூடிய நட்டத்திற்குப் படுகிற கவலை மற்றும் அவருக்கு வருகிற மன அழுத்தம், அவருக்கு அதே அளவு பணம் லாபமாகக் கிடைக்கிற போது சார் மகிழ்ச்சி குறைவாக இருக்கும்.

லட்ச ரூபாய் லாபத்திற்கு வரும் மகிழ்ச்சியை விட லட்ச ரூபாய் நட்டத்திற்கு இரட்டிப்பு வருத்தம் இருக்கும்.

ஏ) ஓவர் கான்பிடென்ஸ் பயஸ்

ஒரு பங்கில் டிரேடு செய்து லாபம் பார்த்திருப்பார்கள் இரண்டாவது முறையும் அப்புறம் லாபம் வந்துவிட்டால் அந்த டிரேடு குறித்து அவருடைய அறியாமல் அவர்கள் மனதிற்குள் ஒரு அதீத நம்பிக்கை வந்துவிடும். அதுதான் ஓவர் கான்ஃபிடன்ஸ்.

தங்களுடைய திறன் மற்றும் டிரேடிங் முறைகள் குறித்து அவர்களுக்கு கூடுதல் தைரியம் வந்து அதனால் பெரிய அளவுகளை செய்து நட்டம் ஏற்படலாம்.

ஐ) எண்டோவ்மென்ட் பயஸ்

எண்டோமென்ட் என்றால் ஒருவர் வைத்திருக்கிற அவருடைய சொத்து அல்லது பணம் என்பது போன்று புரிந்துகொள்ளலாம். ஒருவருக்கு அவருடைய தந்தை மூலமாகவோ தாத்தா மூலமாகவோ சில பங்குகள் கிடைத்திருக்கலாம். அந்தப் பங்குகள் தற்போது சந்தையில் என்ன விலை இருக்கிறது என்பது குறித்து அவர் பார்க்க மாட்டார். அவை வெகு காலமாக அவர்கள் வைத்திருக்கிற சொத்துக்கள்; அதனால் அது நல்ல விலை வருகிறபோது கூட அவர் அதை விற்க மாட்டார். இதைப்போல் ஏன் இந்த விலைக்கு விற்க வேண்டும் என்பது போல அவர் மனதுக்குள் ஒரு எதிர்ப்புணர்வு இருக்கும்.

ஓ) காக்னிட்டிவ் டிசனோன்ஸ்

இது ஒரு மிக சுவாரசியமான குணாதிசயம். சோசியல் சைக்காலஜியில் முக்கியமான பாடம். ஒன்றை மிக தீவிரமாக வேண்டாம் என்று நினைப்பார்கள். ஆனால், அதைச் செய்வார்கள். எது தவறு என்று பேசுவார்களோ, அதை அவர்கள் செய்து கொண்டிருப்பார்கள்.

'ஜங்க் ஃபுட்' தப்பு என்பார்கள். ஆனால் எப்போதாவதுதானே என்று அவர்கள் சாப்பிடும்போது சமாதானம் செய்து கொள்வார்கள். அதாவது. நினைப்பு பேசுவது போன்றவை அவர்கள் செய்வதற்கு மாறாக இருக்கும். சிலர் தகவல் தொழில்நுட்ப பங்குகளை வாங்கக்கூடாது என்று சொல்வார்கள். ஆனால் அவர்கள் வேறு

ஏதோ ஒரு காரணத்திற்காக ஒரு தகவல் தொழில்நுட்ப பங்கை வாங்குவதாக நினைத்துக்கொண்டு வாங்குவார்கள்.

தேர்ந்து தான் வாங்க வேண்டும். வாங்கியதை விலை இறங்கினாலும் உடனடியாக விற்கக்கூடாது என்று எடுத்துச் சொல்வார்கள். ஆனால், அவர்கள் வாங்கிய ஏதாவது ஒரு பங்கு விலை இறங்கினால் உடனே விற்றுவிடுவார்கள். செலவைக் குறைத்து சேமிக்க வேண்டும் என்பார்கள். திடீரெனப் பெரிய செலவுகள் செய்து விடுவார்கள்.

அவர்களுக்கே அவர்களுடைய இப்படிப்பட்ட ஒன்றுக்கொன்று எதிர்மாறான நடவடிக்கைகள் புரியும். சொல்வதை நம்புவதை செய்ய முடியவில்லை என்பதை நினைத்து வருத்தப்படுவார்கள், அதனால் அவர்களுக்கு ஸ்டிரெஸ் இருக்கும்.

ஓ) ரூல் ஆப் தம்ப்

இது ஒரு ஆபத்தான மனநிலை மற்றும் அணுகுமுறை. எவ்வளவு பெரிய முக்கியமான விடயத்தையும், மிக எளிதாக மனக்கணக்கு போட்டு இப்படித்தான் என்று முடிவு செய்து செயலில் இறங்கி விடுவார்கள்.

பங்குச் சந்தையில் ஒரு பொசிஷன் எடுப்பதற்கான பலவற்றையும் யோசிக்க வேண்டும். ஆராய வேண்டும். அதற்குப் பிறகுதான் அதை செய்யவேண்டும். ஆனால், அவர்களுடைய முன் அனுபவம் காரணமாக அல்லது ஒரு மனக்கணக்கு காரணமாக இது இப்போதைக்கு சரிவந்துவிடும் என்பது போல நினைத்து செய்துவிடுவார்கள்.

புள்ளி விவரங்கள் தரவுகள் அடிப்படையில் முடிவு எடுக்காமல், அனுமானத்தில் முடிவு எடுப்பது.

ஔ)பேண்ட் வேகன் எபெக்ட்

பேண்ட் வேகன் என்றால் ஒரு கூட்டமாகப் போவது. எல்லோரும் செய்கிறார்கள் என்பதற்காக செய்வது. ஒரு குறிப்பிட்ட காலகட்டத்தில் ஒரு குறிப்பிட்ட நேரத்தில் ஒரு துறை பங்குகளையே பலரும் வாங்குவார்கள். அல்லது ஒரு நிறுவனத்தின் பங்குகளை

பலரும் வாங்குவார்கள் அல்லது அந்த பங்குகளை விற்றுவிட்டு வெளியேறுவார்கள்.

பங்குச்சந்தையில் சிலர் எடுக்கிற முடிவுகள் இப்படிப்பட்ட கூட்டத்தோடு கூட்டமாக எடுக்க முடிவாக இருக்கும். அவர்களுக்கு அது பற்றி ஒரு தனிப்பட்ட கருத்து இருந்தால் கூட எல்லோரும் செய்கிறார்களே அதில் ஏதோ ஒரு உண்மை இருக்கலாம் என்று அவர்களும் அதேபோல முடிவு எடுப்பார்கள். அது தவறாகலாம்.

ஆர்ட்டிஃபிஷியல் இன்டெலிஜென்ஸ் என்ற செயற்கை நுண்ணறிவு துறை பங்குகள் மிக அதிகமாக விலை உயர்ந்திருக்கின்றன. அதற்கு காரணம் சிலர் வாங்குகிறார்கள். அதற்கு பிறகு பலரும் அதை வாங்குகிறார்கள் அதற்கு பிறகு வேறு அதிகம் யோசிப்பதில்லை அவற்றையே வாங்கிக் கொண்டிருந்தார்கள்.

தங்கள் பிரதிநிதிகளைத் தேர்ந்தெடுக்கும் தேர்தலில் கூட சிலர் வெற்றி பெற வாய்ப்புள்ள வேட்பாளர்களுக்குதான் ஓட்டளிப்பார்கள். பயிற்சி வகுப்புகளில் ஏதாவது கேள்வி கேட்டால் பெரும்பாலானவர்கள் சொன்ன பதிலையே, அதற்கு பிறகு பதில் சொல்பவர்களும் சொல்வார்கள். அவர்களுடைய சொந்த பதில் சிந்தனையில் வேறு ஏதாவது தோன்றினாலும் கூட.

ஃ)ஆங்கரிங் பயஸ்

முதல் அபிப்பிராயம் ஆழமாக பதிந்துவிடும் அந்த அபிப்ராயத்தின் அடிப்படையிலேயே மற்ற நிகழ்வுகளைப் பார்ப்பது. இந்தச் சிக்கலுக்கு பெயர்: ஆங்கரிங் பயஸ்.

ஆங்கரிங் என்றால் நங்கூரம் போல குத்திட்டு நிற்பது. ஒரு நினைப்பை வலுவாக பிடித்துக்கொண்டு மற்றவற்றைப் பார்ப்பது.

நீங்கள் அவசரமாக சென்ட்ரல் ரயில்வே நிலையத்திற்கு போக வேண்டி இருக்கிறது. அப்பொழுது மழை பெய்ய ஆரம்பித்துவிட்டது நீங்கள் ஆட்டோ பிடிக்க வேண்டும் ஆட்டோக்கள் கண்ணில் படவில்லை. சாலையில் போய்க்கொண்டிருந்த ஓர் ஆட்டோவை கைகாட்டி, நிறுத்துகிறீர்கள்.

"சென்ட்ரல் ரயில்வே ஸ்டேஷன் போக வேண்டுமப்பா. எவ்வளவு வேண்டும்?"

“500 ரூபாய்”

“500 ரூபாயா வேண்டும்!?”

நடக்க ஆரம்பிக்கிறீர்கள். கண்கள், வேறு ஆட்டோவைத் தேடுகின்றன.சற்று தூரம் நடந்ததும், இன்னொரு ஆட்டோ கண்ணில் படுகிறது. அவரிடம் கேட்கிறீர்கள். அவர் 350 ரூபாய் கேட்கிறார். நீங்கள் சம்மதித்து ஏறிக்கொண்டு போய்விடுகிறீர்கள்.

ஆனால், வழக்கமாக நீங்கள் கேட்ட இடத்திலிருந்து சென்ட்ரல் ரயில்வே ஸ்டேஷன் போவதற்கு ரூபாய் 150 க்கு மேல் ஆகாது. முன்பெல்லாம் அவ்வளவுதான் கொடுத்து இருக்கிறீர்கள். ஆனாலும் நீங்கள், ரூபாய் 350 க்கு உடனடியாக சம்மதித்ததற்கான காரணம், சற்றுமுன்னர் அதே இடத்திற்குப் போக வேறு ஒரு ஆட்டோக்காரர், ரூபாய் 500 கேட்டார் என்பதுதான்..

முன்பு சொல்லப்பட்ட சிஜி பவர் பங்கு விலை எடுத்துக்காட்டை இதை விளக்குவதற்கு எடுத்துக்கொள்ளலாம்.

என்னிடம் சிஜி பவர் விலை உயரப் போகிறது என்று கூறியவர் 400 ரூபாய் வரை போகும் என்றார் அப்போது அதனுடைய விலை ரூபாய் 20 தான் நடந்துகொண்டிருந்தது. அந்த விலையில் வாங்கி ஓரளவு லாபம் கிடைத்ததும் நான் விற்று வெளியேறியதற்குக் காரணம், இந்த ‘ஆங்கரிங் பயஸ்’தான் என்று பின்னால் புரிந்தது.

அவர் சொன்னவுடன் நான் பார்த்ததில்லை ரூபாய் 20 இல் இருந்து 30. அது என் மனதில் ஆழமாக பதிந்துவிட்டது. அந்த விலையில் இருந்து நான் ஒரு என்பது பத்து மடங்கிற்கும் அதிகம். அவ்வளவா போக முடியும் என்று நினைத்திருக்கிறேன். அந்த நிறுவனத்தில் என்னென்ன மாறுதல்கள் வரப்போகின்றன. அவர்கள் செய்யப் போகிற புதிய பொருட்களுக்கு என்ன சந்தை மதிப்பு இருக்கும் போன்றவற்றையெல்லாம் யோசிக்காமல், இப்போது நடக்கும் விலை என்ன? இது எவ்வளவு தூரம் போய்விடக்கூடும்? என்கிற ஒரு குறிப்பிட்ட கண்ணோட்டத்தில் பார்த்திருக்கிறேன். லாபத்தை தவறவிட்டேன்.

2. i) டிரேடர்களின் வேறு சில பிரச்சினைகள்

பயஸ் தவிர இன்னும் வேறு சிலவும் பங்குச் சந்தை முதலீடு மற்றும் டிரேடிங்கில் பிரச்சினை தர வல்லவை. அவற்றைப் பற்றியும் தெரிந்துகொள்வது அவசியம்..

அ) கேம்ப்ளர்ஸ் ஃபாளசி (Gamblers Fallacy)

இதுவும் ஒரு சுவாரசியமான பிரச்சனை. ஒருவர் ஒரு நாணயத்தை எடுத்துச் சுண்டிவிடுகிறார். முதல் முறை தலை விழுகிறது. இரண்டாவது முறை சுண்டுகிறார். அப்போதும் தலை விழுகிறது. அடுத்த, மூன்றாவது முறை சுண்டுகிறார்.

இந்த முறை தலை விழுமா? பூ விழுமா என்று உங்களைக் கேட்டால் என்ன பதில் சொல்வீர்கள்?

பெரும்பாலானவர்கள் பூ விழும் என்று சொல்வார்கள். காரணம், ஏற்கனவே இரண்டு முறை தலை விழுந்திருக்கிறது. மூன்றாவது முறையுமா தலை விழ முடியும்? என்று நினைப்பார்கள்.

ஆனால், யதார்த்தத்தில் ஏன் தலை விழக்கூடாது? ஒவ்வொரு முறையும் இது இரண்டில் எது விழுவதற்கும் வாய்ப்பு இருக்கிறது. ஆனால், ஏற்கனவே இரண்டு முறை அது விழுந்துவிட்டதனால், இந்த முறை இது விழாது என்கிற நினைப்புதான், கேம்ப்ளர்ஸ் ஃப்ளாசி.

2006 ஏழாம் ஆண்டுகளில் பங்குச் சந்தை மிக அதிகமாக உயர்ந்து கொண்டு போகிறது. ஒரு பங்குச் சந்தை நிறுவனத்தின் பெரிய நிர்வாகப் பொறுப்பில் இருந்தவர் அவர்.

முதன்முறையாக சென்செக்ஸ் பத்தாயிரம் புள்ளிகளைத் தொட்டுவிட்டது. அவர் உடனடியாக அவர் முதலீடு செய்து இருந்த பெரும் தொகை மதிப்பிலான பங்குகளை சந்தையில் விற்றுவிட்டார்.

அவருடைய நினைப்பில் பங்குச்சந்தை குறுகிய காலத்தில் மிக அதிகமாக உயர்ந்திருக்கிறது. அதனால், இதற்கு மேலும் உயர முடியாது என்பது. அப்போதும் பலர் பங்குச்சந்தை இன்னும் உயருவதற்கு வாய்ப்புகள் இருக்கிறது என்று சொல்லிக் கொண்டிருந்தார்கள். அவரால் அதை நம்ப முடியவில்லை. காரணம், இவ்வளவு உயர்ந்துவிட்டது. இதற்குப் பிறகு உயர்வது சாத்தியமா? இதற்கு முன்னர் எவ்வளவு அதிகமான புள்ளிகளை தொட்டதில்லையே ஒன்று நினைப்புகள்.

மும்பை பங்குச்சந்தை குறியீட்டு எண் 21,000 புள்ளிகளை தொட்டது. அவர் பத்தாயிரத்திலேயே விற்றுவிட்டார். அதன் பிறகு எப்போதும் இதோ விழப்போகிறது, இதோ விழப்போகிறது என்று நினைத்துக்கொண்டிருந்தார்.

இனி நடக்கப்போவதெல்லாம் நிச்சயமாக ஏற்கனவே நடந்ததன் அடிப்படையில், அதே போக்கில்தான் இருக்கும் என்று நினைப்பதுதான், இந்த அணுகுமுறையின் பிரச்சனை.

ஆ) பிஹேவியர் கேப்

இது ஒரு குறிப்பிட்ட மனப்போக்கு பிரச்சனை அல்ல இது ஒரு விளைவு. மொத்த சந்தையும் நன்றாக இருக்கிறபோது ஒருவர் தொடர்ந்து நட்டப்பட்டுக் கொண்டிருப்பார். ஒரு

குறிப்பிட்ட பங்கே மிக அதிகமாக விலை உயர்ந்திருக்கும். இவர் ஆரம்பத்திலேயே வாங்கி இருப்பார். ஆனாலும் கூட இவர் அதில் லாபம் செய்ய மாட்டார்.

இவருக்கு வரவேண்டிய லாபங்கள் வராமல் இருப்பதற்குக் காரணம் அவருடைய நடவடிக்கைகளில் இருக்கும் சில சிக்கல்கள். அதைத்தான் கேப் என்கிறார்கள்.

வாங்குவதை வைத்துக்கொள்வதில்லை. விற்றுவிடுவது. தவறான நேரத்தில் வாங்குவது. விலை இறங்க இறங்க சராசரி செயல்களால் நல்ல வாய்ப்பு. இந்த மாதிரி தவற விடுபவர்களை இந்த பிரச்சினை உள்ளவர்களாக அடையாளம் காண்கிறார்கள்.

இ) சந்தையை அடிக்கடி பார்ப்பது

காலையில் எழுந்தவுடன் நீங்கள் என்ன செய்கிறீர்கள்?

சிலர், இரண்டு கைகளையும் தேய்த்து உள்ளங்கையைப் பார்ப்பார்கள். வேறு சிலர் கடவுள் படத்தைப் பார்ப்பார்கள் இன்னும் சிலர் கண்களை மூடிக்கொண்டு போய் கண்ணாடியில் அவர்கள் முகத்தைப் பார்த்துக்கொள்வார்கள்.

மேலே சொன்ன பழக்கம் இருப்பவர்கள் அனேகமாக 40 வயதுக்கு மேற்பட்டவர்களாக இருக்கலாம். மற்றவர்கள் பெரும்பாலும் அவர்களுடைய ஸ்மார்ட் போன் எனப்படும் திறன் பேசியில் கண் விழிப்பார்கள். எழுந்தவுடன் அதைத்தான் பார்ப்பார்கள். 40 வயதுக்கு மேற்பட்ட பலரும் இப்போது அந்த வகையில் சேர்ந்து இருக்கலாம்.

இதே போன்ற பழக்கம் பங்குச்சந்தையில் அதீத ஈடுபாடு கொண்டவர்களுக்கு இருக்கும். காலையில் எழுந்ததும் முதல் நாள் இரவு, அதாவது, அமெரிக்காவில் பகல் நேரத்தில் பங்கு சந்தைகளில் என்ன நடந்திருக்கிறது? டவ் ஜோன்ஸ் மற்றும் கிளாஸ் பேக் புள்ளிகள் உயர்ந்து இருக்கின்றனவா குறைந்து இருக்கின்றனவா என்று பார்ப்பார்கள். மேலும் அன்றைய விடிகாலை, அதாவது சிங்கப்பூரின் வர்த்தக நேரத்தில், சிங்கப்பூர் சந்தையில் இந்தியப் பங்குச் சந்தை குறியீடான நிஃப்டி வர்த்தகமாக இருக்கும் அது உயர்ந்திருக்கிறதா குறைந்து இருக்கிறதா என்றும் பார்ப்பார்கள்.

காலையில் எழுந்தவுடன் இதுதான் அவர்களுடைய கவலை. அக்கறையாகப் பார்ப்பார்கள். வேறு சிலர் தங்கம், பிற கமாடிட்டிகள் மற்றும் அமெரிக்க டாலரில் டிரேடு செய்து கொண்டிருப்பவர்கள், அமெரிக்கா ஐரோப்பா உள்ளிட்ட உலக சந்தைகளில் என்ன விலை நடந்திருக்கின்றன என்று பார்ப்பார்கள்.

அதன் பிறகு பள்ளி, கல்லூரிகள் மற்றும் அலுவலகத்திற்குப் போவது போல சரியாக ஒன்பது மணி 15 நிமிடம் ஆகிறபோதிலிருந்து அவர்கள் இந்தியப் பங்குச் சந்தைகளை அவற்றின் போக்குகளை அனைத்து வர்த்தக நாட்களிலும், கைபேசியிலோ, கணினியிலோ பார்த்துக்கொண்டே இருப்பார்கள். இன்னும் சிலர் அவர்களுடைய வீட்டில் தொலைக்காட்சிப் பெட்டியை ஓடவிடுவார்கள். குறைந்தபட்சம் நாளின் வர்த்தக நேரம் முழுக்க, டைம்ஸ் நவ், என்டிடிவி ப்ராபிட், சிஎன்பிசி தொலைக்காட்சி நிகழ்ச்சிகளைப் பார்த்துக்கொண்டிருப்பார்கள்.

தொடர்ந்து பார்ப்பதால் என்ன வரப்போகிறது? ஏதாவது வர்த்தகம் செய்யலாம் என்கிற ஆர்வம். அதனால் என்ன நடக்கும்? ஏற்கனவே வாங்கியதை விற்க வேண்டிய ஒரு புதிதாக எதையாவது வாங்க வேண்டியது வரும். இப்படி மாற்றி மாற்றிச் செய்ய வேண்டியது வரும்.

தொடர்ந்து பார்ப்போம் சும்மா இருக்க முடியுமா?

டேனியல் கிராஸ் பி என்று ஒரு பிஹேவியிரல் பைனான்ஸ் நிபுணர். அவர் பிரிங்கர் கேபிட்டல் என்ற நிறுவனத்தின் நிர்வாக இயக்குநரும் கூட.

அவர்கள் நிறுவனம் செய்த ஒரு ஆய்வின்படி, “தினசரி தன் பங்குகளின் விலை மாற்றங்களைப் பார்ப்பவருக்கு, 46.7% முறை, நட்டம் தெரிகிறது. மாறாக ஆண்டுக்கு ஒருமுறை மட்டும் பார்பவருக்கு, 27.6% மட்டுமே நட்டம் தெரிகிறது.”

அவர் சொல்வது, அடிக்கடி நீங்கள் பார்க்கிறபொழுது பங்குச்சந்தை இப்படி அப்படி இருக்கலாம். ஆனால், குறிப்பிட்ட இடைவெளிகளில் பார்க்கிறபொழுது பல நேரங்களில் குறைந்தது அப்போது மீண்டு வந்திருக்கும்.

அதன் காரணமாக அடிக்கடி பார்க்காதவர்களுக்கு தாங்கள் ஒரு நல்ல நிலைமையில் இருப்பதாக தைரியம் வரும். அடிக்கடி பார்ப்பவர்களுக்கு அடிக்கடி தாங்கள் நட்டங்களில் இருப்பதாக தோன்ற, ஏதாவது நடவடிக்கைகள் எடுத்து, அவர்கள் நல்ல பங்குகளை விற்றுவிடக்கூடும்.

ஈ) சோர்வாகிவிடும்

அடிக்கடி வாங்கி விற்பவர்களும் அடிக்கடி சந்தையையும் குறியீட்டு எண்களையும் பங்கு விலைகளையும் பார்த்துக் கொண்டிருப்பவர்களும் சோர்வாகி தவறான முடிவுகள் எடுக்கலாம்.

ஓர் உதாரணம் சொல்வதென்றால் ஒருவர் ஒரு வாரம் முழுவதும் வெளிச்சம் எப்படி இருந்தது என்பது குறித்து ஓர் அறிக்கை கொடுக்க வேண்டும் என்று வைத்துக் கொள்வோம். அவர் திங்கட்கிழமை காலை வந்து பார்க்கிறார் வெளிச்சமாக இருக்கிறது. இரவு பார்க்கிறார் இருட்டாக இருக்கிறது. மீண்டும் செவ்வாய்க்கிழமை காலை பார்க்கிறார், மீண்டும் செவ்வாய் இரவு பார்க்கிறார். இப்படியே வாரம் முழுக்க பார்க்கிறார் என்றால், அடுத்த திங்கட்கிழமை அன்று அவர் கேட்டால் அவர் என்ன சொல்லுவார்? ஏழு முறை இருட்டாக இருந்தது ஏழு முறை வெளிச்சமாக இருந்தது என்பது போல் தானே.

மாறாக வேறு ஒரு நபர் திங்கட்கிழமை காலை பார்த்துவிட்டு மீண்டும் அடுத்த திங்கட்கிழமை காலையில் மட்டும்தான் பார்க்கிறார் என்றால், அவர் என்ன சொல்வார் உலகம் வெளிச்சமாக இருக்கிறது என்பார் இடையில் இருட்டியதெல்லாம் அவருக்குத் தெரியாது. அவர் கவனிக்கவில்லை. இருட்டியதுதான். ஆனால், மீண்டும் விடிந்துவிடுகிறதே!

நல்ல பங்குகளின் விலைகளும் அப்படித்தான் இடையில் இறங்கும் இருட்டுப் போல. ஆனால் மீண்டும் வெளிச்சம் போல உயர்ந்துவிடும் இடை இடையே ஒவ்வொரு நாளும் பார்த்துக்கொண்டிருந்தால் ஏதாவது ஓர் இருட்டில் பயந்து விற்றுவிடுவோம்.

கீழே கொடுக்கப்பட்டிருப்பது 2000 ஆவது ஆண்டு முதல் 2018 ஆம் ஆண்டு வரையிலான ஆண்டு இறுதி குறியீட்டு எண்(இன்டெக்ஸ்) புள்ளிவிவரங்கள். அருகில் இருக்கும் அம்புக்குறிகள், அது அந்தக் குறிப்பிட்ட ஆண்டில் கடந்த ஆண்டைவிட சந்தை குறியீட்டு எண் உயர்ந்திருக்கிறதா இறங்கி இருக்கிறதா என்பதைக் காட்டுகிறது. குறி மேல் நோக்கி இருந்தால் அந்த ஆண்டு உயர்வு, அம்புக்குறி கீழ் நோக்கி இருந்தால் அந்த ஆண்டு இறக்கம்.

Year	Open	High	Low	Close	
2000	5,209.54	6,150.69	3,491.55	3,972.12	↓
2001	3,990.65	4,462.11	2,594.87	3,262.33	↓
2002	3,262.01	3,758.27	2,828.48	3,377.28	↑
2003	3,383.85	5,920.76	2,904.44	5,838.96	↑
2004	5,872.48	6,617.15	4,227.50	6,602.69	↑
2005	6,626.49	9,442.98	6,069.33	9,397.93	↑
2006	9,422.49	14,035.30	8,799.01	13,786.91	↑
2007	13,827.77	20,498.11	12,316.10	20,286.99	↑
2008	20,325.27	21,206.77	7,697.39	9,647.31	↓
2009	9,720.55	17,530.94	8,047.17	17,464.81	↑
2010	17,473.45	21,108.64	15,651.99	20,509.09	↑
2011	20,621.61	20,664.80	15,135.86	15,454.92	↓
2012	15,534.67	19,612.18	15,358.02	19,426.71	↑
2013	19,513.45	21,483.74	17,448.71	21,170.68	↑
2014	21,222.19	28,822.37	19,963.12	27,499.42	↑
2015	27,485.77	30,024.74	24,833.54	26,117.54	↓
2016	26,101.50	29,077.28	22,494.61	26,626.46	↑
2017	26,711.15	34,137.97	26,447.06	34,056.83	↑
2018	34,059.99	38,989.65	32,483.84	36,134.31	

ஒவ்வொரு ஆண்டிலும் சந்தை ஒரு குறிப்பிட்ட அளவு உயர்ந்து வேறு ஒரு குறிப்பிட்ட அளவு இறங்கியும் இருக்கிறது. ஆனால், ஆண்டு முடிவில் வேறுவிதமாக இருக்கிறது. ஆண்டு இடை இடையே பார்க்காமல் முடிவில் பார்த்தால் எப்படிப்பட்ட அபிப்பிராயம் வரும். இடையே பார்த்தால் எப்படிப்பட்ட அபிப்பிராயம் வரும் என்பதுதான் புரிந்துகொள்ள வேண்டியது. இது பங்கு விலைகளுக்கும் பொருந்தும்.

உ) ஹேர்ட் மென்டாலிட்டி

முன்னணியில் இருக்கும் ஒரு ஆடு எந்தப் பக்கம் போகிறதோ,

மற்ற ஆடுகள் எதையும் யோசிக்காமல் அந்த ஆடு போகிற பக்கமே போகும். ஆட்டுக் கூட்டத்தை ஹேர்ட் என்கிறார்கள். அந்த மனப்பான்மைதான் ஆட்டு மந்தையின் மனப்பான்மை, மனிதர்களிடமும் பலவற்றில் இருக்கிறது.

இது கிட்டத்தட்ட முன்பு பார்த்த ‘பேண்ட் வேகன் எஃபெக்ட்’ போலதான். சரியோ தவறோ. சரி பார்த்ததோ, இல்லையோ. எல்லோரும் செய்வதை இவர்களும் செய்வார்கள். ஒரு ஐபிஓ அதிகம் சப்ஸ்கிரைப் ஆகி இருக்கிறது என்கிற தகவல் தெரிந்தால் வேறு எதையும் ஆராய்ந்து பார்க்காமல் இவர்களும் உடனடியாக விண்ணப்பித்து விடுவார்கள். பங்குகள் வாங்குவதிலும் அப்படி. விற்பதிலும் அப்படி.

வாரன் பஃபெட் கூறிய பொன்மொழிகளில் ஒன்று. ‘எல்லோரும் மிக அதிகமாக வாங்குகிறபோது விற்க வேண்டும். எல்லோரும் மிக அதிகமாக விற்கிற போது வாங்கவேண்டும்.’

அதாவது அவர் ஹெர்ட் மெண்டாலிட்டி வேண்டாம் என்கிறார்.

ஊ) ப்ராஸ்பெக்ட் தியரி

மூடி இருக்கும் ஒரு அட்டைப் பெட்டிக்குள் சிவப்பு நிறத்தில் ஒரு பந்தும் பச்சை நிறத்தில் ஒரு பந்தும் இருக்கின்றன. போட்டியில் கலந்துகொள்கிறவர், கண்ணைக் கட்டிக்கொண்டு உள்ளே கைவிட்டு, இரண்டு பந்துகளில் ஒன்றை எடுக்க வேண்டும்.

அவர் பச்சை நிறப் பந்தை எடுத்துவிட்டால், அவருக்கு 50 ஆயிரம் ரூபாய் பரிசு வழங்கப்படும். சிவப்பு நிறப் பந்து வந்துவிட்டால், பரிசு கிடையாது என்பது தவிர அவர் போட்டியில் கலந்து கொள்ளக் கட்டிய ரூபாய் 50,000 திருப்பித் தரப்பட மாட்டாது.

அந்தப் போட்டியில் கலந்துகொள்வதால், அவருக்கு இரண்டு வாய்ப்புகள் இருக்கின்றன ஒன்று 50,000 ரூபாய் கிடைக்கும்; அல்லது ஐம்பதாயிரம் ரூபாய் போய்விடும். அதாவது ஒன்றுக்கு +50,000 மற்றதுக்கு -50,000.

பிராஸ்பெக்ட் தியரி சொல்வதன்படி, பெரும்பாலான மக்கள் நட்டத்தைத் தவிர்க்கத்தான் பார்ப்பார்கள். அதனால் போட்டியில் கலந்துகொள்ள மாட்டார்கள். இரண்டுக்கும் சம வாய்ப்பு இருந்தாலும்கூட மக்களுக்கு அந்த லாபம் பெரிதாக மனதில் படாது நட்டம்தான் படும்.

ஒருவகையில் இது சரி என்றுதான் சொல்லவேண்டும். ஏனென்றால் ஒருவரிடம் இருக்கிற பணம் போய்விடும் என்பது நட்டம். ஒருவரிடம் புதிதாக பணம் வரும் என்பது லாபம்.

லாபம் வராவிட்டாலும் பரவாயில்லை; நட்டமாகாமல் இருந்தால் சரி என்பதுதான் மனித இயல்பு. அதைத்தான் இந்த ப்ரஸ்பெக்ட் சொல்லுகிறது? அப்படித்தான் பங்குகளை வாங்குகிறபோது இருக்கிற வாய்ப்புகளை மக்கள் யோசிக்கிறார்கள்.

ள) டினையல்

டினையல் என்றால் ஏற்றுக்கொள்ளாதது. சிலர் வாழ்க்கையில் அவர்களுடைய தோல்விகளை ஏற்றுக்கொள்ள மாட்டார்கள். அதேபோல அவர்களுக்கு உடல் நலம் சரியாக இருக்காது. சில சிரமங்கள் இருக்கும். மற்றவர்கள் எடுத்துச் சொல்வார்கள். மருத்துவரைப் பார்க்கச் சொல்வார்கள். இவர்கள், "அது ஒன்றும் இல்லை. சாதாரணமான விடயம். எல்லோருக்கும் இருப்பதுதான். எனக்கே முன்பு இருந்திருக்கிறது. இதற்கெல்லாம் மருத்துவரைப் பார்ப்பதா?' என்பதுபோல, அவர்களுக்கு இருக்கக்கூடிய சிரமத்தை, சிரமமாகப் பார்க்காமல், 'அது இல்லை' என்பது போல அவர்களை அவர்களே ஏமாற்றிக்கொள்வார்கள்.

முதலீடுகளிலும் ஒருவர் அவருக்கு நட்டம் தந்துகொண்டிருக்கிற முதலீடுகளை நட்டமாகப் பார்க்க மாட்டார். அதை சரிசெய்ய நிறுத்த முடிவு எடுக்க மாட்டார். "அது, சரியாகிவிடும், நன்றாக வந்து விடும்" என்றே சொல்லிக்கொண்டிருப்பார். காத்திருப்பார். நட்டங்கள் அதிகமாகும்.

ஏ) சேசிங் டிரெண்ட்ஸ்

இன்றைக்கு அல்காரிதம் டிரேடிங் ஆர்டிபிசியல் இன்டெலிஜென்ஸ் வைத்து டிரேடிங் போன்றவை வந்தால்கூட, இன்னமும் பங்குச்சந்தை என்பது மிகப் பெரும் பகுதி மனிதர்களின் உணர்வுகளால்தான் நகர்த்தப்படுகிறது. எவ்வளவோ தகவல்கள், புள்ளிவிவரங்கள், காலாண்டு முடிவுகள், ஆய்வுகள். எல்லாவற்றையும் எடுத்து, பார்த்து, வாங்கலாம் என்று முடிவு செய்து, பிறகு வாங்காமல் இருப்பது. விற்கலாம் என்று முடிவு செய்து விற்காமல் இருப்பது போன்றவற்றுக்கு காரணம் உணர்வுகள்.

அமெரிக்காவில் நடந்த ஒரு பங்குச்சந்தை ஆய்வு தெரிவிப்பது- பரஸ்பர நிதிகளுக்குள் வருகிற மொத்த நிதி எண் 39 விழுக்காடு. நிதி, அதற்கு முந்தைய ஆண்டு சிறப்பாக செயல்பட்டு வருமானம் கொடுத்த, 10% பரஸ்பர நிதிகளுக்குள்தான் போகிறது என்பதை.

இந்த ஆண்டு சரியாகச் செய்திருக்கிறார். அதனால் இந்த ஆண்டு சரியாகச் செய்வார்கள் என்ற நினைப்பு.

ஐ) டிரேட் இம்பாலன்ஸ்

பழக்கப்பட்ட டிரேடர்கள் பார்க்கிற சில தகவல்கள், ஒரு பங்கை வாங்குவதற்கு எவ்வளவு ஆர்டர்கள் இருக்கின்றன?. எவ்வளவு பங்குகளை வாங்க ஆர்டர் போடப்பட்டிருக்கிறது? என்பதும். அதாவது செல்லர்ஸ் எவ்வளவு, பையர்ஸ் எவ்வளவு என்று தெரிந்துகொள்ள முயற்சிப்பார்கள்.

அதை வைத்து அன்றைய நாள், அந்த நேரம், அந்தப் பங்கு புல்லிஷ் ஆக இருக்கிறதா, பேரிஷ் ஆக இருக்கிறதா என்று கவனிப்பார்கள்.

பலரும் ஆர்டர் போடுகிறபோது, தேசிய பங்குச்சந்தை போன்றவற்றில் இருக்கிற ஒரு வாய்ப்பு, அவர்கள் எவ்வளவு வாங்குவதற்கு ஆர்டர் போடுகிறார்கள் என்பதை 'வெளிக்காட்ட வேண்டாம்' (நாட் டிஸ்குளோஸ்) என்ற வகையிலும் போடலாம்.

அதனால் உண்மையில் எந்தப் பகுதியில் அதிக ஆர்டர்கள் இருக்கின்றன என்பது சரியாகத் தெரியாது. தவிர ஒருவர் வேண்டுமென்றே கூட மிகக் குறைந்த விலைகளில் வாங்குவதற்கு நிறைய எண்ணிக்கையிலான பங்குகளுக்கு ஆர்டர் போட்டு வைக்கலாம். மேலோட்டமாகப் பார்த்தால், அதிக பையர்ஸ் இருப்பதுபோலத் தெரியும். ஆனால், உண்மையில் அதிக பையர்ஸ் என்பது மிகக் குறைந்த விலையில்தான் இருக்கிறார்கள். அதேபோல அதிக செல்லர்ஸ் என்பதையும் வேண்டுமென்றே மிக உயர்ந்த விலையில் போட்டு, வாட் இஸ் லிமிடெட் அட்டென்ஷன்ஸ் ஸ்பிரிட் இன் ஸ்டாக் மார்க்கெட் கூடுதல் செல்லர் சேர்ப்பது போல காட்டலாம்.

இவை எல்லாம் மற்றவர்களை ஏமாற்றுவதற்காக.

ஓ) லிமிடெட் அட்டென்ஷன் ஸ்பிரெட்

இதற்கான தமிழ்ப் பொருள் ஓரளவிலான அல்லது குறைந்த அளவிலான விடய கவனிப்புகள்.

ஒரு பங்கை வாங்குவதற்கு முன்பு விற்பதற்கு முன்பு அது குறித்து பல்வேறு விடயங்களைத் தெரிந்துகொள்ள வேண்டுமானால் சிலர் அவர்களுடைய மன அமைப்பு காரணமாக பெரும்போக்கான மிகச் சில விடயங்களை மட்டும் பார்த்துவிட்டு செயல்பட்டு விடுவார்கள். அவர்களால் மிக அதிக தரவுகளைத் தேடவோ கவனிக்கவோ முடியாது.

ஓ) பவுண்டட் ரேஷனாலிட்டி

ஒருவர் அவருக்கு இருக்கிற நேரம் ஆர்வம் மற்றும் புரிந்து கொள்ளும் தன்மை ஆகியவற்றை வைத்து மிகக் குறைந்த அளவிலான தகவல்களை மட்டுமே வைத்து முடிவுகள் எடுக்கிறார். இதை பவுண்டட் ரேஷனாலிட்டி என்கிறார்கள்.

ஔ) மெண்டல் அக்கவுண்டிங்

பணம் என்பது பணம் தான். தமிழில் இருந்து மற்றொரு பழமொழி சொல்வது என்றால், 'நாய் விற்ற காசு குறைக்காது. மீன் விற்ற காசு நாறாது' என்பார்கள்.

சிலருக்கு பணமாகக் கொடுக்கிற பொழுது வலிக்கும். பங்குச்சந்தைக்கு இப்போது எல்லாம் ரொக்கம் கொடுக்க முடியாது. எல்லாம் வங்கிக் கணக்கில் இருந்துதான் போக வேண்டும். வங்கிக் கணக்கில் தான் வாங்கிக்கொள்ள வேண்டும்.

கையில் பணமாக பெற்றுக்கொள்கிறபொழுது கிடைக்கிற மகிழ்ச்சிக்கும் அதே அளவு பணத்தை கணக்கில் வாங்கிக் கொள்கிற போது கிடைக்கிற மகிழ்ச்சிக்கும் இடையே வேறுபாடு உண்டு. பணமாக, அதிலும் சலவை ரூபாய் கட்டுகளாக வாங்குகிற போது, அதே அளவு தொகைக்குக் கூடுதல் மகிழ்ச்சி இருக்கும். நோட்டு நோட்டாக எடுத்து அல்லது கட்டுக் கட்டாக எடுத்து செலவழிக்கிறபோது ஒரே அளவு தொகைக்கு வருத்தம் கூடுதலாக இருக்கும்.

சிலருக்கு அவர்கள் உழைத்து சம்பாதித்த காசு என்பது பெருமை. அதை செலவழிக்க மனம் வராது. ஆனால் வீட்டில் இருக்கிற வேறு பணத்தை எடுத்து செலவழிப்பார்கள். இரண்டும் பணம் தான். ஆனாலும் ஏன் இந்த வேறுபாடு என்றால் அதுதான் மனது செய்கிற வேறுபாடு. அதைத்தான் மெண்டல் அக்கவுண்டிங் என்கிறார்கள்.

பங்குச்சந்தையில் பலரும் அவர்களுக்கு ஏற்படுகிற நட்டத்தை பெரிதுபடுத்தாததற்கு காரணம், அதற்காக வருத்தப்படாததற்கு காரணம், அவருடைய மெண்டல் அக்கவுண்டிங்தான் அவர்கள் கையில் இருந்து போகவில்லை, கணக்கில் இருந்துதான் எடுத்துக் கொள்ளப்படுகிறது. அது ஒரு எண்ணாக எழுத்தாக என்ட்ரியாகத் தெரிகிறது.

கடைகளில் பொருள் வாங்குகிறபோது சிலர் இந்த யுக்தியைப் பயன்படுத்துவது உண்டு. ஒரு பொருள் விலையைக் கேட்பார்கள். கடைக்காரர் ஒரு விலை சொல்வார். அந்த விலையை விட, இவர்கள் குறைந்த விலையைச் சொல்லிக்கொண்டே எடுத்துத்

திறந்து பணத்தைக் கடைக்காரர் கையில் கொடுத்து விடுவார்கள்.

வெறுமனே பேசிக்கொண்டிருந்தபோது கேட்ட குறைந்த விலைக்குக் கடைக்காரர் ஒத்துக்கொள்ள. மாட்டார். ஆனால், அதே தொகையை பணமாக கையில் எடுத்துக் கொடுத்த பிறகு, அவரால் மறுப்பதற்கு இயலாது தயங்குவார். காசை எப்படி மறுப்பது? அவர் கை தன்னால் நீளும்.

ஃ) மீடியா ஹைப்

தொலைக்காட்சியில் சொல்லப்படுவதாலேயே அல்லது ஏதோ ஒரு நாளிதழில் வருவதாலேயே அந்தச் செய்தி உண்மையாக இருக்க வேண்டும் என்கிற பொருள் இல்லை. பிரபல பொதுவான தின நாளிதழ்களிலேயே யாரோ ஒருவரை பாராட்டியோ, அவருடைய அல்லது அவருடைய நிறுவனத்தைப் புகழ்ந்தோ செய்தி போடப்பட்டிருக்கும். பல செய்திகளுக்கு இடையே இதுவும் ஒரு செய்தி போல இருக்கும். பிறகு அதன் அடியில் மேல் பக்கம் எல்லாம் சரியாகப் பார்த்தால் தான் பெரிதும் சிறிய எழுத்துகளில் *Advt.* என்ற ஆங்கில எழுத்துக்கள் இருக்கும். .

அப்படி போடப்பட்டிருந்தால் அதன் பெயர் விளம்பரம். யாருக்கு எழுதியிருக்கிறார்களோ அவர் பணம் கொடுத்திருக்கிறார். வெளிப்படையாக பணம் கொடுத்து, அவரே எழுதிக் கொடுப்பதை அப்படியே வெளியிடுகிறார்கள். எத்தனை பேருக்கு இது விளம்பரம்- செய்தி அல்ல என்பது தெரியும்?

இப்போது எல்லாம் அப்படிப்பட்ட குறிப்புகள்கூட கொடுப்பதில்லை போலத் தெரிகிறது. அந்தச் செய்தியைச் சுற்றி ஒரு மெல்லிய கோவில் கட்டம் போட்டிருக்கலாம். அல்லது வேறு ஏதோ ஓர் அடையாளம் இருக்கலாம்.

தொலைக்காட்சி விளம்பரங்கள் வந்துகொண்டிருந்தன. இப்போது நீங்கள் கவனித்திருக்கலாம் இப்போதெல்லாம் சில நிகழ்ச்சிகளில் நிகழ்ச்சித் தொகுப்பாளர்களே ஒரு குறிப்பிட்ட ஆடையை அணிந்து கொண்டு வந்து அந்த ஆடையைக் கொடுத்த நிறுவனத்தின் பெயர் அந்த ஆடையின் சிறப்பு போன்றவற்றைச் சொல்கிறார்கள். அப்படியாக நகைகளை அணிந்துகொண்டு வந்து நிகழ்ச்சி தொகுப்பினோடு விளம்பரம் என்று சொல்லாமல், இயல்பாகப்

பேசுவதுபோல செய்கிறார்கள் இதற்கெல்லாம் கூடுதல் காசு கொடுக்கப்படலாம். காரணம் விளம்பரம் என்று தெரிந்தால் மக்கள் கொடுக்கிற கவனத்தை விட முக்கியத்துவத்தை விட இப்படி இயல்பாகச் சொல்லப்படுவதை விளம்பரம் என்று தெரியாமல் கவனிப்பார்கள் ஏற்றுக்கொள்வார்கள் செயல்படுவார்கள்.

பொருள்கள் சேவைகள் விளம்பரத்திற்கு இப்படி என்றால், யோசித்துப் பாருங்கள் தங்கள் நிறுவன பங்குகளை மிக அதிகமாக வைத்திருக்கிற அந்த நிறுவனங்களின் ப்ரொமோட்டர்கள் அந்த பங்கு வலிகளை உயர்த்த என்னவெல்லாம் செய்வார்கள்.

'இன் பிளாக் அண்ட் ஒயிட்' என்று சொல்லப்படுவது உண்டு. அதாவது அச்சில் வருவது. அதன் மீது ஒரு நம்பிக்கை இருந்தது அப்படிப்பட்ட பத்திரிகையாளர்கள் இருந்தார்கள். இப்போது எல்லாம் மாறிவிட்டது. இப்போது என்றால் நான் சொல்வது 1990 களியிலேயே, பல தவறான மட்டுமல்ல பொய்யான செய்திகளை பங்குச்சந்தை தொடர்பான மனிதர்களின் நான் படித்திருக்கிறேன் செயல்பட்டு கட்டப்பட்டிருக்கிறேன்.

ஏதாவது ஒரு குறிப்பிட்ட பங்கின் விலையை உயர்த்த வேண்டும் என்றால் அதற்குத் தற்கொலை டிரேடிங் மட்டும் போதாது புதியவர்களை உள்ள இழுத்து வர அவர்கள் கையில் எல்லாம் இந்த பங்குகளைக் கூடுதல் வகைகளில் கொடுத்துவிட்டுப் போக அந்த புதியவர்கள் கண்ணில் படுகிறது போல அவர்கள் மதிக்கிற நம்புகிற ஊடகங்களில் செய்திகள் வர வேண்டும்.

அவற்றை எல்லாம் செய்வது ஒன்றும் கடினமில்லை என்பது போலதான் இருக்கிறது. சரியான செய்திகளுக்கு இடையே வருகிற சில சரியில்லாத செய்திகளும்.

ஒரு பங்கின் விலையை உயர்த்துவதற்கு மட்டுமல்ல அதே புரமோட்டர்கள் இன்னும் கூடுதலாக யோசித்து அப்படி விலையை உயர்த்தி விற்பதற்கு முன்னோர்கள் விலையை இறக்கி பொதுமக்களிடமும் மற்றவரிடமும் இருக்கிற தங்கள் நிறுவனங்களே கூடுதலாக வாங்கி சேர்த்துக்கொண்டு அதற்குப் பிறகு உயர்த்தி விற்கலாம் அப்படியும் நடந்திருக்கிறது.

கோங்ரார் டெக்ஸ்டைல்ஸ் என்ற ஒரு நிறுவனப் பங்கை நான் 1980 களில் வைத்திருந்தது நினைவு வருகிறது. அந்த நிறுவனம்

சரியாகச் செயல்படவில்லை. பெரிய நட்டம் என்பது போன்ற செய்திகள் வெளிவந்தன.

ஓரிரண்டு ஆண்டுகள் வைத்திருந்த அந்தப் பங்கை, 'இனித் தேறாது' என்று நான் விற்றுவிட்டேன். அதற்கு அது, சில மாதங்கள் கழித்து, அந்த நிறுவனத்தில் ஏதோ சிறப்பாக நடக்கிறது என்று செய்திகள் வெளியிட்டு, பங்குவிலையை உயர்த்தினார்கள். விலை மிக அதிகம் உயர்ந்தது. அதற்குப் பிறகு அந்தப் பங்கு பக்கமே போகவில்லை.

என் பி ஃபுட்வேர், எஸ் எஸ் லீசிங், ஆல் சீசன் ஃபுட்ஸ், இன்று எத்தனையோ பங்குகளை அதிக விலைக்கு வாங்கி மேலும் விலை ஏறும் என்று நம்பி பின்னால் அவை ஒன்றும் இல்லாமல் போனதெல்லாம் பழைய கதை. அவை குறித்து எனக்கு எப்படித் தெரிய வந்தது? தமிழ்நாட்டில் ஏதோ ஒரு ஊரில் இருந்துகொண்டு நான் எப்படி அந்த வேறு மாநிலங்களில் இருக்கிற நிறுவனங்களின் பங்குகளை வாங்கினேன்? எல்லாம் சில பத்திரிகைகள் செய்த வேலைதான்.

ப்ராபிட் என்று ஒரு பத்திரிக்கை. ப்ரீமியம் என்று ஒரு பத்திரிகை. இவற்றில் எல்லாம் விலை உயரப்போகிற பங்குகளைப் பற்றிய செய்திகள் வரும்.

நன்கு கள ஆய்வு செய்து விவரமாக தகவல்கள் தருகிற தலால் ஸ்ட்ரீட், புல்ஸ் ஐ, பிசினெஸ் இண்டியா, பிசினெஸ் டுடே போன்ற பத்திரிகைகளும் உண்டு. அவற்றின் வருகிற தகவல்களின்படி பங்கு விலைகள் உயர்வது உண்டு. ஆனால் அவையெல்லாம் சற்று வித்தியாசமானவை. அனேகமாக அந்தக் கட்டுரைகளுக்கு உள்நோக்கம் இல்லை. அப்படிப்பட்ட பத்திரிகைகளோடு சேர்ந்து வேறு பத்திரிகைகளும் வருகின்றன. அவற்றில்தான் இதுபோன்ற உள்நோக்கம் கொண்ட, பணம் வாங்கிக்கொண்டு வெளியிடுகிற கட்டுரைகள் வரும்.

ஆங்கிலத்தில் பேசுகிற தொலைக்காட்சி என்பதாலேயே அவற்றில் சொல்லப்படுகிற தகவல்களெல்லாம் சரி என்றோ, அவற்றில் எதுவுமே பணம் கொடுத்து சொல்லப்பட்டவை இல்லை என்றோ நம்ப முடியவில்லை. அவற்றிலும் இடைச் செய்கைகளாக, விலை உயர்த்தும், விலை இறக்கும் உள்நோக்கம் கொண்ட தகவல்கள் வெளிவரலாம்.

யூட்யூபில் சொல்லப்படுவது - வாட்ஸ் அப்பில் வருவது - ரீல்ஸில் வருவது - எஸ்எம்எஸ் என்ற குறுஞ்செய்தி முக்கியமாக டெலிகிராமில் வருவது எல்லாம் நேர்மையான செய்திகள் என்று சொல்ல முடியாது. எனவே அவை குறித்து எச்சரிக்கையாக இருப்பதும் அப்படிப்பட்ட செய்திகளை வேறு தளங்களில் சரிபார்த்துக் கொள்வதும் நம் பணத்தைக் காப்பாற்றும்.

சொத்துக்களை இழந்தவர்

பிரமிட் சை மீரா என்று ஒரு நிறுவனம். தமிழ்நாட்டைச் சேர்ந்த நிறுவனம்தான் அது. திரையரங்குகளை வாடகைக்கு எடுத்து அதில் திரைப்படங்கள் வெளியிடுகிற ஒரு நிறுவனம் என்று நினைக்கிறேன். பங்குச்சந்தைக்குள் வந்தது, பங்குகளைப் பட்டியலிட்டது, அதற்குப் பிறகு அவ்வப்போது இவ்வளவு லாபம், அவ்வளவு லாபம், இத்தனை திரை அரங்குகளின் ஸ்கிரீன்களை ஒப்பந்தம் போட்டு இருக்கிறது என்பது போன்ற ஏதாவது ஒரு செய்தி வந்துகொண்டே இருக்கும். தொடர்ந்து பங்கின் விலை உயர்ந்துகொண்டே போகும்.

ஒருமுறை அந்த நிறுவனம் ஒரு மிகப் பெரிய ஒப்பந்தம் பெற்றிருப்பதாகவும் அதன் மூலமாக சில பல கோடி ரூபாய்கள் லாபம் கிடைக்கும் என்றும் அந்த நிறுவனத்திற்குள் பரிமாறிக் கொள்ளப்பட்ட ஒரு ஃபேக்ஸ் செய்தி தவறுதலாக கசிந்துவிட்டதாக நிதி தொடர்பான செய்தித்தாள்களில் தகவல் வந்தது.

அவ்வளவுதான். அந்தப் பங்கின் விலை மடமடவென உயர்ந்தது. இப்போது போல அந்த காலகட்டங்களில் ஒரு நாளைக்கு இவ்வளவு சதவீதம் தான் பங்கு விலை உயரலாம் என்கிற சர்க்யூட் பிரேக்கர்கள் கிடையாது.

மகா அற்புதமான வாய்ப்பு என்று பலரும் பாய்ந்து பாய்ந்து வாங்கினார்கள். ஒரு வாரம் பத்து நாள் போயிருக்கும். மீண்டும் ஒரு செய்தி வருகிறது. அந்த நிறுவனத்தின் ப்ரோமோட்டர்களில் ஒருவர் செய்தியாளர்களைச் சந்தித்து, முன்பு வந்தது தவறான செய்தி. யாரோ அப்படி ஒரு பொய் செய்தி பரப்பி இருக்கிறார்கள் என்று சொல்கிறார். அப்படி எந்த ஒப்பந்தமும் நாங்கள் போடவில்லை என்று உறுதியாகக் கூறுகிறார்.

அவ்வளவுதான். அந்தப் பங்கு விலை முன்பு எவ்வளவு வேகமாக ஏறியதோ, அதைவிட வேகமாக இறங்கியது. ஒரே நாளில் 20, 30 சதவிகிதங்களாக இருக்கலாம்.

இதில் ஏதோ சூது இருக்கிறது என்று செபி ஆராயத் தொடங்கினால் முன்பு பொய் செய்தியை கசியவிட்டதும், பின்பு அது பொய் செய்தி என்று மறுத்ததும், நிறுவனத்தின் ப்ரொமோட்டர்களில் சிலர்தான் என்பதைக் கண்டுபிடித்து அவர்களுக்கு தண்டனை வழங்கியது.

பங்கு விலை கடுமையாக விழுந்தது. 31 டிசம்பர் 2007ம் ஆண்டு ரூ. 500 விற்ற அதன் பங்கு விலை, 2011 பிப்ரவரி மாதம் ஒரு பங்கு விலை ரூ.3க்கும் குறைவு என்றால் பார்த்துக்கொள்ளுங்கள்.

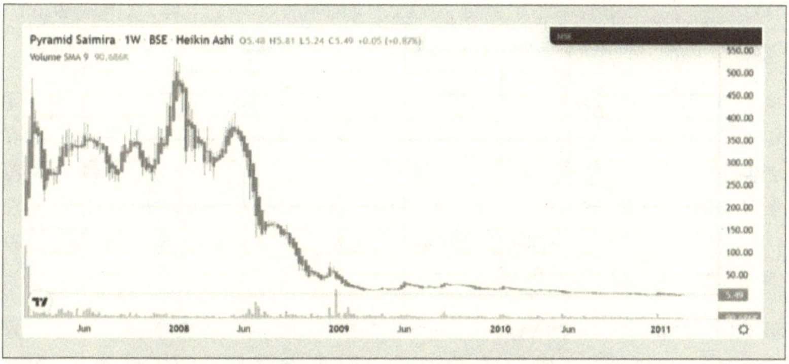

பிரமீட் சாய்மீரா தியேட்டர்ஸ் பங்கு விலை சார்ட்.

நீங்கள் எங்கள் நிறுவனத்தினுடைய போர்டில் இருந்தால் எங்களுக்கு பெருமை என்று சொல்லி, ஒருவரை நிறுவனத்தின் இயக்குநர்களில் ஒருவராக வைத்து இருந்திருக்கிறார்கள். அவர்கள் அவருக்கு இந்த நிறுவனத்தில் நடக்கிற விடயங்கள் குறித்து தெரியாது. ஆனால், செபி பாரபட்சம் இன்றி அனைவரையும் விசாரிக்கும் பொறுப்பில் இருந்தவர்கள் தெரிந்து செய்தாலும் தெரியாமல் செய்தாலும் அனைவருக்கும் தண்டனை கொடுக்கும்.

அப்படிப்பட்ட இயக்குநர்களில் ஒருவர் அவர் குடியிருந்த வீட்டை விற்று செபி விதித்த பல லட்ச ரூபாய் அபராதத்தைக் கட்டினார்.

புரமோட்டர்கள் அல்லாதவர்களும்

புரமோட்டர்கள் மட்டும்தான் செய்வார்கள், ஆப்பரேட்டர்கள் மட்டும்தான் செய்வார்கள் என்பது இல்லை. ஆப்ஷன் விலைகள் மாத இறுதியில் மிகக் கடுமையாக விலை மாற்றம் காணும். காரணம், அந்தச் சில நாட்களில் ஆப்ஷன் ஒப்பந்தங்களை முடித்துக் கொண்டாக வேண்டும்.

சிலர் மிகப் பெரிய அளவுகளில் ஆப்ஷன்களை விற்று வைத்திருப்பார்கள்; அல்லது வாங்கி வைத்திருப்பார்கள். அவ்வளவு லாபமாக மாறக் கூடிய வாய்ப்பு இருக்கும் அல்லது நட்டமாக மாறக் கூடிய வாய்ப்பு இருக்கும். அப்போது ஏதாவது ஒரு பெரிய செய்தி வந்தால் உடனடியாக ஆப்ஷன்களின் விலையில் மாற்றம் வரும். அந்த மாற்றம் ஒரு திசையில் பயணிக்கிற பொழுது அதை பார்த்து மற்றவர்களும் என்னமோ ஏதோ என்று அதே திசையில் பயணித்து வெளியேற முயற்சி செய்வார்கள்.

அதனால் அந்தச் செய்தி வருவதற்கு முன்பு மிக உயர்ந்த விலைகளில் இருந்தவை அல்லது மிக குறைந்த விலையில் இருந்த ஆப்ஷன்கள் நேர் எதிராக விலை நெருங்கி விடும் அல்லது ஏறி விடும். நட்டம் அடைய வேண்டியவர் லாபம் அடைந்து விடுவார், லாபம் என்று நினைத்துக் கொண்டிருந்தவர் பெரிய நட்டத்தில் மாட்டிக் கொள்வார்.

அப்படிப்பட்ட செய்திகள் அவ்வாறாக வந்தால்தானா? நாம் ஏன் அப்படி ஒரு பொய் செய்தியை வதந்தியாகப் பரப்ப கூடாது? என்று சிலர் செய்யலாம். அதுவும் குறிப்பாக சிலர் மிகப்பெரிய ஆபரேட்டர்களாக பின்புளூவென்ஸர்களாக இருப்பார்கள். அனுப்புகிற செய்திகள் பல ஆயிரம் நபர்களை சென்றடையும். அவர்களாகவே இதைச் செய்யலாம். அல்லது அவர்களை எவரேனும் செய்யச் சொல்லி அவர்களுக்கு ஆதாயம் செய்து கொடுக்கலாம்.

என்னவோ நடக்கிறது. தெரியவில்லை. சொல்லப்படுகிறது. நம்பப்படுகிறது. காதில் விழுந்தது. என்பது போல சூசகமாக தெரிவித்து விட்டு நான் உறுதியாகச் சொல்லவில்லையே என்று தப்பித்துக் கொள்ளும் முறைகளும் உண்டு.

3. பிறர் செய்யும் கேடுகள்

ஆபத்து பல வகை

பங்குச்சந்தையில் நேர்மையாக பங்குகளை வாங்கி விற்று, விற்று வாங்கி, வைத்திருந்து விற்று என்று பலவிதமாகச் செய்யலாம். எல்லாம் அனுமதிக்கப்பட்ட முறைகளாக இருக்க வேண்டும். ஆனால், ஒரு குறிப்பிட்ட பங்கை சிலர் சொன்னார்கள் என்பதற்காக வாங்கிச் சேர்த்து, அந்தச் சிலர் செய்யும் செயற்கையான விலை உயர்வுக்கு- அதை ரிக்கிங் என்பார்கள்- உதவியாக இருப்பது குற்றம். அதன் பெயர், 'ஆபரேஷன்'. செய்பவருக்குப் பெயர், 'ஆபரேட்டர்'. அப்படிப்பட்ட 'சர்குலர் டிரேடிங்' க்கு உதவியாக இருப்பது, குற்றம்.

நிறுவனத்தின் முதலாளிகளே, அவர்களுடைய நிறுவனப் பங்கு விலைகளை உயர்த்துவதற்காக சில பொய்த் தகவல்களை வெளியிடுவது, சில உண்மைத் தகவல்களை மறைப்பது போன்ற செயல்களில் ஈடுபட்டால், அவற்றின் அடிப்படையில் அவர்கள் நிறுவனப் பங்குகளை சந்தையில் வாங்குவது, விற்பது போன்றவற்றைச் செய்தால், அதற்குப் பெயர். 'இன்சைடர் டிரேடிங்'. அவையும் குற்றம் அதற்கும் நடவடிக்கை உண்டு.

அதற்கு உதவியாக இருப்பது மற்றும் தானே அப்படிப்பட்ட டிரேடிங்களில் ஈடுபடுவதெல்லாம் சட்டப்படி குற்றம். செபி கடுமையான நடவடிக்கைகள் எடுக்கும்.

இதற்கு சில தரகு நிறுவனங்கள் உதவியாக இருப்பது உண்டு. அந்த நிறுவனங்கள் அவர்களுடைய வாடிக்கையாளர்களையும் ஈடுபடுத்துவது உண்டு.

3. a) 'பின்புளுவன்சர்'

இப்போதெல்லாம் சமூக ஊடகங்களில் 'பின்புளுவன்சர்'கள் என்று ஒரு புதிய வகை பேச்சாளர்கள் வந்திருக்கிறார்கள்.

'இன்புளுவன்சர்ஸ்' என்பது ஏதாவது ஒன்றை செய்வதற்கு வழிகாட்டுபவர்கள் அல்லது தூண்டுபவர்கள். அதையே சற்று மாற்றி 'இன்புளுவன்சர்' என்பதற்குப் பதிலாக 'பின்புளுவன்சர்' என்கிறார்கள்.

இன்புளுவன்சர் செய்வதைப் போலதான் இவர்களும் வழிகாட்டுகிறார்கள். அல்லது, தூண்டுகிறார்கள். ஆனால், அவர்கள் குறிப்பாக, தனி நபர்களும் நிறுவனங்களும் அவர்களது 'பைனான்ஸ்' தொடர்பான முடிவுகள், நடவடிக்கைகள் எடுக்க, முதலீடுகள், டிரேடிங் செய்வதற்கெல்லாம் வழிகாட்டுகிறார்கள்.

இப்படிப்பட்டவர்களை, 'பைனான்சியல் இன்ஃப்ளுடன்சஸ்' என்ற பொருளில் 'பின்புளுவன்சர்'கள் என்கிறார்கள்

முன்பெல்லாம் அவ்வளவு கட்டுப்பாடுகள் இல்லை. ஆனால், பங்குச்சந்தை வளர வளர, அதில் பலரும் பல்வேறு விதமாக தவறுகள் செய்வதைப் பார்த்த பங்குச் சந்தைகள் கண்காணிப்பு ஆணையமான 'செக்யூரிட்டி எக்சேஞ்ச் போர்டு ஆப் இந்தியா', சுருக்கமாக செபி, பல்வேறு வழிகாட்டுதல்களை உருவாக்குகிறது.

எந்த பங்கை வாங்கலாம், எப்போது விற்கலாம் என்பது போன்ற குறிப்பான பரிந்துரைகள் எல்லோரும் செய்யக்கூடாது. செபி யிடம்

பதிவு செய்திருக்கிற உரிமை பெற்றவர்கள் மட்டுமே அவற்றை செய்யலாம் என்பது அப்படிப்பட்ட வழிகாட்டுதல்களில் ஒன்று. அதைச் செய்யத் தவறுகிறவர்கள் மீது செபி நடவடிக்கைகள் எடுக்கிறது.

முகநூல் மூலமாகவும் யூடியூப் மூலமாகவும் எளிய மற்றும் ஆசைப்படும் மக்களை அவர்களது வாட்ஸ் அப் மற்றும் டெலிகிராம் போன்ற குழுக்களுக்கு அழைத்து, அங்கே பணம் பெற்றுக்கொண்டு, தினசரி பரிந்துரைகளைக் கொடுத்துக் கொண்டிருக்கிறார்கள். அவற்றில் சில சரிவரும். சில சரிவராது.

சதுரங்க வேட்டை என்ற தமிழ்த் திரைப்படத்தில் பல சிறப்பான வசனங்கள் வரும். அவற்றில் ஒன்று. “ஒருவரை ஏமாற்ற வேண்டும் என்றால், அவருடைய ஆசையைத் தூண்ட வேண்டும்” என்பது. அதை, இந்தப் ‘பின்புளுவன்சர்’ களில் சிலர் சிறப்பாகச் செய்வார்கள்.

அதே திரைப்படத்தில் வரும் மற்றொரு வசனம், “ஒருவரை ஏமாற்றுவதற்காகச் சொல்கிற பொய்களில், சில உண்மையாக இருக்க வேண்டும்.” இதுவும் ஒரு அற்புதமான வாழ்க்கைப் பாடம். இந்த சில ஏமாற்றும் ‘பின்புளுவன்சர்’கள் செய்வதைப் பார்த்தால் இது புரியும்.

அவர்கள் கொடுக்கிற பரிந்துரைகள் ஆரம்பத்தில் இருந்தே அல்லது எல்லாமே தவறானவையாக இருந்தால், எவராவது அவர்களிடம் மாட்டுவார்களா? வந்துவிட்டாலும் ஒன்று இரண்டு நட்டங்களுக்குப் பிறகு ஓடிவிடுவார்கள்.

அதனால் அந்த சில தவறானப் ‘பின்புளுவன்சர்’ கள், அவர்களைப் பின்பற்றி டிரேடு செய்பவர்களுக்கு, லாபம் கிடைப்பது போல சில பரிந்துரைகள் கொடுப்பார்கள். அவைதான் அந்தத் டிரேடர்களை ‘பின்புளுவன்சர்’ களுடன் பயணிக்க வைக்கும். அவர்களை நம்பிவிடுவார்கள். அவர்கள் சொன்னதை எல்லாம் செய்வார்கள். அப்படிப்பட்ட சரியான நம்பிக்கை ஏற்பட்ட பிறகு, இடைச் செருகலாக, அவர்களுக்கு சில நிறுவனங்கள் அல்லது ஆபரேட்டர்கள் சொல்லும் பங்குகளையும் பரிந்துரைப்பார்கள்.

முந்தைய பரிந்துரைகளின்படி வாங்கிய பங்குகளின் விலைகள் உயர்ந்த காரணத்தால், இப்படி நடுவில் நல்ல பரிந்துரைகளோடு

கலந்து வரும் உள்நோக்கம் கொண்ட பரிந்துரைகளை வேறுபடுத்தத் தெரியாமல் அதிக அளவில் வாங்குவார்கள். மாட்டிக்கொள்வார்கள். அந்த சிலவற்றைச் சில காலம் விலை உயர்த்திவிட்டுப் பின்னர், அவர்கள் நகர்ந்து விட, விலைகள் இறங்கும். இறங்கிய விலைகளில் விற்க மனம் இல்லாமல் அவற்றைத் தொடர்ந்து வைத்திருந்து, கடைசியில் விற்கவே முடியாமல், மொத்தத் தொகையும் நட்டமாகி, மாட்டிக்கொள்வார்கள்.

நான் எடுத்த முடிவு

2006 அல்லது 2007ம் ஆண்டாக இருக்கலாம். மக்கள் தொலைக்காட்சி, 'வளாகம்' என்று ஒரு நிகழ்ச்சியை நடத்தியது. அது, ஒரு நேரலை நிகழ்ச்சி. பங்குச்சந்தை வர்த்தகம் தொடங்குவதற்கு சற்று முன்பாக, நிகழ்ச்சி ஆரம்பிக்கும். பிறகு, பங்குச் சந்தை வர்த்தகம் ஆரம்பித்த பிறகும், தொடர்ந்து ஒரு அரை மணி நேரம் நடந்து, பின்னர் நிகழ்ச்சி நிறைவுறும்.

தொடக்கத்திலிருந்து அந்த நிகழ்ச்சியில் என்னைக் கலந்து கொள்ள அழைத்தார்கள். திரு நாகராஜன் என்பவர் அதற்கு பொறுப்பாளராக இருந்தார். இப்போது பல்வேறு நிகழ்ச்சிகளைத் தொகுத்து வழங்கிக்கொண்டிருக்கின்ற ஆர்த்தி மற்றும் திருமதி கனி திரு. போன்றவர்கள் நிகழ்ச்சியைத் தொகுக்கிற, சிறப்பு அழைப்பாளர்களைக் கேள்வி கேட்கிறவர்களாக இருந்தார்கள்.

நேரலையில், பல நேயர்கள் பல ஊர்களில் இருந்தும் பங்குச் சந்தை, தங்கம், வட்டி விகிதம், காப்பீடு போன்றவற்றைப் பற்றி சந்தேகங்கள் கேட்பார்கள். பதில் சொல்லவேண்டும்.

அப்போதே, நேரலையில் தொலைபேசியில் அழைக்கிற சிலர், குறிப்பிட்ட பங்குகள் பற்றிக் கேட்கிறபோது நான் மிகத் தெளிவாக, அனேகமாக செபியின் அப்படிப்பட்ட வழிகாட்டுதல் இல்லாத அந்தக் காலத்திலேயே, “குறிப்பிட்ட பங்குகள் குறித்து நேரலையில் கேட்காதீர்கள். அப்படிப்பட்ட பரிந்துரைகள் செய்ய முடியாது. நான் செய்ய மாட்டேன்” என்பேன்.

மேலும் அதற்கான காரணமாய், “குறிப்பிட்ட பங்கை வாங்கலாமா, வைத்திருக்கலாமா? விற்கவேண்டுமா? என்பது போல நான், அந்த நேரத்து நிலையை வைத்து சொல்லிவிடலாம். ஆனால், அதற்குப் பிறகு அந்த குறிப்பிட்ட நிறுவனத்தின் நிலையில்

மாறுதல் வந்தால், நான் அது குறித்தும் உங்களுக்குச் சொல்ல வேண்டியது இருக்கும். ஆனால் தொலைக்காட்சி நேரலையில் வந்த உங்களுக்கு எப்படி தகவல் சொல்வது? அதெல்லாம் சாத்தியம் இல்லை என்பதால், இதை ஒரு 'எஜுகேட்டிவ் ப்ரோக்ராம் ஆக மட்டும் பாருங்கள்" என்று சொல்வேன்.

அதற்குப் பிறகு, சன் தொலைக்காட்சி நிகழ்ச்சிகள், கலைஞர் தொலைக்காட்சி நடத்திய 'வணிகம் வசப்படும்', புதிய தலைமுறை நடத்திய 'சிக்கனம், சேமிப்பு, முதலீடு' போன்ற பல்வேறு நேரலை நிகழ்ச்சிகளிலும் அப்படியேதான் சொல்வேன்.

அதன் பிறகு பங்குச்சந்தை தொடர்பான தொலைக்காட்சி நிகழ்ச்சிகளில் பேசும் பலரும், நான் சொன்னதை, செய்ததைப் பின்பற்றுவதைப் பார்க்கிறேன். பின்பற்றாத சிலரும் உண்டு.

பல ஆங்கிலத் தொலைக்காட்சிகளில் குறிப்பிட்ட பங்குகள் குறித்து எந்த விலையில் வாங்கலாம் எந்த விலையில் விற்கலாம் என்கிற பரிந்துரைகள் மற்றும் முதலீட்டாளர்கள் வாங்கிய அவர்களுடைய பங்குகளை அந்தச் சமயம் என்ன செய்யலாம் என்பது போன்ற கேள்விகளும் கேட்கப்படும். அதற்கு நிபுணர்கள் பதில் சொல்வார்கள்.

அப்படி சொல்லி முடித்ததும், அவர்கள் பதில் சொன்ன பங்குகளில் அவர்களுக்கு இருக்கிற தொடர்பு, அதாவது, அவர்களோ அவர்களுடைய வாடிக்கையாளர்களோ அந்தப் பங்கை, பங்குகளை வாங்கி இருக்கிறார்களா, விற்றிருக்கிறார்களா, வைத்திருக்கிறார்களா என்பதை அவர்கள் அங்கே வெளிப்படையாகச் சொல்லவேண்டும் என்பதையும் கவனித்திருக்கிறேன். நீங்களும் பார்த்திருக்கலாம்.

சில 'பின்புளுவன்சர்'கள் நன்றாகப் பேசுவார்கள். அடித்துப் பேசுவார்கள். அதன் காரணமாக, புதிதாக பங்குச் சந்தைக்கு வருபவர்களும், அது குறித்து சரியாகத் தெரியாதவர்களும், தானாக முடிவெடுக்க முடியாதவர்களும், ஊடகங்களில் சொல்லப்படுபவற்றை அப்படியே பின்பற்றுவார்கள். அதன் அடிப்படையில் முடிவு எடுப்பார்கள். வாங்குவார்கள், விற்பார்கள். அதனால் அவர்களுக்கு லாபம் கிடைக்கலாம். நட்டமும் ஏற்படலாம்.

இதுவரைகூட தவறு இல்லை. காரணம் இதில் அந்த பின்புளுவன்சர்களுக்கு எந்த விதமான தவறான உள்நோக்கமும்

இல்லை. ஆனால், சிலர் செபியிடம் அவர்களைப் பதிவு செய்து கொள்ளாமலே கூட, எந்தப் பங்குகளை வாங்கலாம் விற்கலாம் என்ற குறிப்பான பரிந்துரைகள் செய்கிறார்கள். இது விதி மீறல். தவறு.

இதைவிடப் பெரிய தவறு, சிலர், அவர்களை அணுகுகிற சில பங்கு தரகர்கள் மற்றும் வேறு நபர்களின் வேண்டுகோளுக்கிணங்க, குறிப்பிட்ட பங்குகளை வாங்கவோ விற்கவோ பரிந்துரைகள் செய்கிறார்கள். அதற்காக அவர்களுக்கு பணம் கிடைக்கலாம்.

'ஆப்ரேட்டர்' என்று அழைக்கப்படும் பலரும் பல்வேறு பங்குதாரர்களிடம் சொல்லி குறிப்பிட்ட பங்கின் விலைகளை உயர்த்திக்கொண்டே போவதற்கு அவர்கள் உதவியைக் கேட்பார்கள். அந்தப் பங்குத் தரகர்களும் அவர்களுடைய வாடிக்கையாளர்களை அந்தப் பங்குகளை வாங்கச் சொல்லி, குறிப்பிட்ட காலத்திற்கு விற்காமல் வைத்திருந்தால், குறிப்பிட்ட உயர் விலை வரும் என்று சொல்வார்கள். அவர்கள் சொன்னது போலவே நடந்தவை உண்டு. நடக்காமல் போனவையும் உண்டு.

இந்தப் பகுதியை எழுதும் 2025 டிசம்பர் மாதம் ஊடகங்களில் ஒரு செய்தி பரபரப்பாக ஓடிக் கொண்டு இருக்கிறது. தமிழ் ஊடகங்களில் வரவில்லை. ஆங்கில செய்திச் சேனல்களில் அதைப் பார்க்க முடிந்தது. காரணம், அதில் தொடர்புடையவர், தமிழ்நாட்டுப் பக்கம் அதிகம் வந்தது போலத் தெரியவில்லை. ஆங்கிலம் கூட இல்லை. பயிலரங்குகளில் அவர் பெரும்பாலும் இந்தியில்தான் பேசுகிறார்.

அவரும் ஒரு 'பின்புளுவன்சர்'தான். அவரை உங்களில் சிலருக்கு தெரிந்திருக்கலாம். அல்லது நீங்களே கூட அவருடைய வாடிக்கையாளராக அல்லது அவருடைய பயிற்சி வகுப்புகளில் கலந்துகொண்டவராக இருக்கலாம்.

நான் முகநூலில் அவ்வப்போது அவருடைய நிறுவனத்தின் விளம்பரங்களைப் பார்த்திருக்கிறேன். அது, அந்நிறுவனத்தின் பதிவு என்றே நினைத்திருந்தேன்.

அவர் பெயர், அவதூத் சாட்டே. ஒரு அரங்கில் சுமார் 200, 300 பேர் அமர்ந்திருப்பார்கள். அவர்கள் அத்தனை பேரும் அவருடைய பங்குச் சந்தை குறித்த பயிற்சி வகுப்பில் கலந்துகொண்டவர்கள்

போல. அந்தத் துண்டுப் படம் காட்டும் அந்த காணொளியில், அவர் தலைக்குப் பின்புறம், மிகப்பெரிய கம்ப்யூட்டர் திரையில் நிஃப்டி சார்ட் போல ஏதோ ஒரு பங்குச்சந்தை தொடர்பான இமேஜ் இருக்கும்.

அரங்கில், பெண்கள், முதியவர்கள், சிறுவர்கள், இளைஞர்கள் என பலரும் அமர்ந்திருப்பார்கள். அவர்களெல்லாம் இவர் சொன்னதைக் கேட்டு, டிரேடு செய்து, பெரிய லாபம் செய்ததாகச் சொல்ல, மற்றவர்கள் கைதட்டுவார்கள். இவர் ஆடுவார், குதிப்பார். பலரும் இவரோடு சேர்ந்து குதிப்பார்கள்.

மொத்தத்தில், அந்த விளம்பரங்களைப் பார்க்கிறவர்கள், இவருடைய பயிற்சி வகுப்பில் கலந்துகொண்டால் நிச்சயமாக பெரிய அளவில் லாபம் செய்யலாம் என்று முடிவுசெய்து, சேர்ந்துவிடுவார்கள். அவருடைய மிகப்பெரிய வருமானம் என்பது இந்த வகுப்புகளுக்கு அவர் வாங்கும் கட்டணங்கள். அவையும் அதிகம்தான்.

அவரைப் பற்றிய செய்திகளைத்தான் நான் ஆங்கில தொலைக்காட்சிகளில் பார்த்தேன். அவருடைய அலுவலகங்களில் செபி ரெய்டு என்ற ஒரு செய்தி. மற்றொரு செய்தியில், அவருக்கு செபி ரூபாய் 550 கோடி அபராதம் விதித்திருக்கிறது என்பது.

அவருக்கு யூடியூபில் மட்டும் 9 லட்சம் 'பாலோவர்ஸ்' இருக்கிறார்கள். நவி மும்பையைத் தலைமையிடமாக

வைத்துக்கொண்டு, கொச்சின், பெங்களூரு, அகமதாபாத், சென்னை. கொல்கத்தா, இந்தூர் மற்றும் ஹைதராபாத் என இந்தியாவில் மொத்தம் 17 இடங்களில் அலுவலகங்கள் வைத்திருக்கிறார். ஒவ்வொரு அலுவலகத்திலும் பலர் உட்கார்ந்து அவருக்காக வேலை செய்கிறார்கள். அவரிடம் வேலை பார்க்கிற பல்வேறு பயிற்சி கொடுப்பவர்கள் அதற்கு முன்பு அவரிடம் பயிற்சி பெற்றுக் கொண்டவர்கள். இப்போது அவர்கள் புதியவர்களுக்கு பயிற்சி கொடுத்துக்கொண்டிருக்கிறார்கள்.

அவர்களுடைய வாடிக்கையாளர்கள் நட்டப்பட்டாலும், 'நீங்கள் உணர்ச்சிவசப்படக் கூடாது, அச்சப்படக்கூடாது என்பது போன்ற அறிவுரைகளையும் சொல்லிக்கொண்டிருப்பார்களாம். பங்குச்சந்தையில் வாங்குவது விற்பது தவிர அவர்கள் அகாடமியில் யோகா, தியானம், சைக்காலஜி, மோட்டிவேஷன் போன்றவை குறித்தும் சொல்லிக்கொடுப்பார்களாம்.

அமெரிக்காவில் அவருக்கு அலுவலகம் இருக்கிறது உலகம் முழுக்க அவர் நடத்தும் 200 சத்சங்கங்கள் வேறு இருக்கிறதாம்.

பங்குச்சந்தையை, சாட்டே, 'காட்ஸ் மார்க்கெட்' (கடவுளின் சந்தை) என்று குறிப்பிடுவது தவிர, 'செழிப்பமான வாழ்க்கை என்பது ஒவ்ஒரு இந்தியனின் உரிமை' எனும் பொருள்பட, 'பிராஸ்பரிட்டி இஸ் எவ்ரிபடிஸ் ரைட்' என்பாராம். அதைத்தான் அவருடைய இணையதளங்களிலும் எழுதிவைத்திருக்கிறார். மேலும் பங்குச்சந்தையை அவர், ஓர் போர்க்களம் என்பாராம். அவருடைய வகுப்புகளுக்கு இடையே அவர் குதிப்பார். ஆடுவார். மற்றவர்களையும் எழுந்து ஆடச் சொல்வார் என்கிறார்கள். அப்படிப்பட்ட காணொளிகளைப் பதிவு செய்திருக்கிறார்.

பயிற்சி நடக்கும் இடங்களிலேயே தங்கி இருந்து தொடர்ந்து பயிற்சியில் கலந்து கொள்ள வேண்டும். அதற்கு அவர் ரூபாய் 17 ஆயிரம் முதல் 1 லட்சத்து 70 ஆயிரம் ரூபாய்கூட கட்டணமாக வசூலிக்கிறார்.

யார் அவர்? பின்புலம் என்ன?

1991ல் மும்பையில் பொறியியல் கல்லூரி ஒன்றிலிருந்து பி இ எலக்ட்ரானிக்ஸ் படித்து வெளிவந்தவர், மேலும் ஒரு சாப்ட்வேர் படிப்பும் படித்திருக்கிறார். டிலாய்ட், மும்பை போர்ட் டிரஸ்ட் ஆகியவற்றில் வேலை செய்திருக்கிறார். சிங்கப்பூர் ஆஸ்திரேலியா மற்றும் யுனைடெட் ஸ்டேட்ஸ் ஆஃப் அமெரிக்காவிலும் வேலை பார்த்திருக்கிறார்.

பங்குத் தரகு நிறுவனங்களில் வேலை செய்தும், தானாக வர்த்தகம் செய்தும் வந்தவர், 2015ஆம் ஆண்டு, சொந்தமாக சாத்தே அகாடமி என்கிற பங்குச்சந்தை டிரேடிங் பயிற்சி கொடுக்கும் நிறுவனத்தைத் தொடங்கி இருக்கிறார்.

பதிவு செய்யாமலே!

சாட்டே மற்றும் அவருடைய நிறுவனமும் செபியிடம் ஒரு ஆலோசகராக பதிவு செய்து கொள்ளவில்லை என்பதும் ஆய்வுகளின்போது தெரிய வந்திருப்பதாக செய்திகள் தெரிவிக்கின்றன.

ஆகஸ்ட் 2025ல் அவர் முதலீட்டாளர்களுக்கு பயிற்சி கொடுக்கிறேன் என்கிற பெயரில் எந்தப் பங்குகளை வாங்கலாம் விற்கலாம்

என்கிற 'ஸ்டாக் ரெக்கமண்டேசன்ஸ்' கொடுக்கிறார் என்று குற்றம் சாட்டப்பட்டார். சில குறிப்பான பங்குகளைப் பரிந்துரைத்ததுடன், அவற்றை எந்த விலையில் வாங்க வேண்டும், என்ன விலையில் விற்கவேண்டும் என்ற பரிந்துரைகளையும் அவரது அகாடமியின் பயிலரங்குகளில் சொல்வதன் மூலமாக அவர் சம்பாதித்து இருக்கிறார் என்பது செபியின் குற்றச்சாட்டு.

நீதிமன்ற ஒப்புதலோடு அவருடைய வீட்டிலும் அலுவலகத்திலும் சோதனைகள் செய்யப்பட்டன.

செபியின் கணக்குப்படி, சாட்டே அதுவரை 3 லட்சத்து 37 ஆயிரம் நபர்களுக்கு பயிற்சி கொடுத்து, ரூபாய் 601 கோடி ரூபாய் கட்டணமாக பெற்றிருக்கிறார். எப்படி இவ்வளவு பேர் சேர்ந்தார்கள்? என்று சிலருக்கு வியப்பாக இருக்கலாம். எல்லாம் விளம்பரங்கள் செய்த வேலை.

சமூக ஊடகங்களில் பொய்யான விளம்பரங்கள்

அவருடைய நிறுவனத்தில் பயிற்சிகள் மூலமாக வந்ததுதான் வருமானம். மற்றபடி, அவர் தனிப்படவும் நிறுவனத்தின் மூலமாகவும் பங்குகளில் செய்த வர்த்தகத்தில் 2024– 25 ம் ஆண்டில் அவர் செய்த நட்டம் கிட்டத்தட்ட ஆறு கோடி ரூபாய்.

அவர் செய்வதிலேயே அவ்வளவு நட்டம் வருகிறது. அவர் மற்றவர்களுக்கு சொல்லிக்கொடுத்துக்கொண்டிருக்கிறார். லாபம் செய்ததாக அவருடைய வலைதளத்தில் வெளியிடப்படும் வீடியோக்களில் இருப்பவர்கள் செய்ததும் நட்டங்களே.

அவருடைய மெண்டார்ஷிப் என்ற பயிற்சியில் கலந்துகொண்ட 186 நபர்கள் அடுத்த ஆறு மாதத்தில் பங்குச் சந்தையில் வர்த்தகம் செய்தபோது அனைவரும் சேர்ந்து செய்த மொத்த நட்டம், ரூபாய் 1 கோடியே 93 லட்சம்.

வாழ்ந்துகொண்டிருக்கும் நிஜ மனிதர்கள் அவர்கள் பயன்பெற்றதாக பேசுவது வலிமையான விளம்பரம் அல்லவா? ஆங்கிலத்தில் 'டெஸ்டிமோனல்' என்பார்கள். அதைத்தான் சாட்டே நன்றாகப் பயன்படுத்திக்கொண்டிருக்கிறார்.

ஆனால் அந்த விளம்பரங்களில் பேசியவர்கள் சொன்னவை எல்லாம் பொய்!

இவர் மீது வைக்கப்படுகிற மற்றொரு குற்றச்சாட்டு அது பற்றியதுதான். சாட்டேயின் பயிற்சி வகுப்பில் கலந்து கொண்டவர்கள் மிகப்பெரும் லாபம் ஈட்டியதாக அவருடைய நிறுவனத்தின் வலைதளங்களில் விளம்பரங்கள் இருக்கும்.

அதை ஒரு ஆங்கிலத் தொலைக்காட்சி ஊடகம் கள ஆய்வு செய்திருக்கிறது. அந்தப் பெயரில் அப்படிப்பட்ட நபர்கள் இருப்பது உண்மைதான். ஆனால் அவர்கள் லாபம் செய்தது மட்டும் பொய். அந்த நபர்களின் வர்த்தகக் கணக்குகளை ஆராய்ந்தால், பலரும் நட்டம் செய்திருப்பது தெரிய வருகிறது.

ஒன்றரை லட்சம் லாபம் செய்து பைக் வாங்கியதாக சொல்லும் இளைஞர் உண்மையில் சில ஆயிரங்கள் நட்டம் செய்திருக்கிறார்; ஆப்ஷன் டிரேடிங்கில் ஒன்றரை கோடி லாபம் செய்ததாகச் சொல்லும் ஒரு பெண் கிட்டத்தட்ட அதே அளவு நட்டம்தான் செய்திருக்கிறார். இந்தப் பொய்களுக்கு எல்லாம் சிகரம் வைத்தார் போல இவ்வளவு நபர்களுக்கும் லாபம் செய்ய வழிகாட்டுகிற சாட்டேயின் சொந்த கணக்கில் நட்டம் தான். பங்குகள் வாங்கி விற்றதில் அவர் லாபம் செய்யவில்லை நட்டம் செய்திருக்கிறார்.

ஆக, நட்டம் செய்தவர்களைத் தங்களுக்கு மிகப்பெரிய லாபம் வந்ததாகப் பேச வைத்து, அவற்றை வலைதளங்களில் பதிவு செய்து, பார்ப்பவர்களைத் தூண்டி, வகுப்புகள் சேர வைக்கும் மோசடி.

இதைப் பார்க்கும்போது இன்னும் இதுபோல எத்தனையோ விளம்பரங்கள் இருக்கின்றனவே என்ற எண்ணம் வருகிறது.

இன்னும் சிலர்

சாட்டே மட்டுமல்ல. அவரைப் போல இன்னும் பலர் இருக்கிறார்கள். செபியிடம் பதிவு செய்யாமல், நேரடியாக பங்கு பரிந்துரை செய்து கொண்டிருக்கும் அப்படிப்பட்ட பலருக்கு, 'உங்கள் மீது ஏன் நடவடிக்கை எடுக்கக் கூடாது?' என்று கேட்டு 'ஷோ காஸ் நோட்டீஸ்' அனுப்பி இருக்கிறது செபி. சில நூறு

'பின்புளுவன்சர்'கள் மீது நடவடிக்கை எடுத்திருப்பதாகவும், சில ஆயிரம் தவறான வலைதளத் தகவல்களை நீக்கியிருப்பதாகவும் தெரிகிறது. பல 'பின்புளுவன்சர்'களின் வங்கிக் கணக்குகள் முடக்கப்பட்டு இருக்கின்றன. அவர்கள் தொடர்ந்து பங்குச்சந்தையில் இயங்கத் தடைசெய்யப்பட்டு இருக்கிறார்கள்.

இந்தியாவில் மொத்தம் 10 கோடி 'ரீடைல் இன்வெஸ்டார்ஸ்; எனப்படும் சிறு முதலீட்டாளர்கள் இருப்பதாக கணக்கிடப்பட்டிருக்கிறது. அதில் கிட்டத்தட்ட 60% புதிதாக வந்தவர்கள். அவர்களுக்கு சமூக ஊடகங்கள் தான் பெரும்பாலும் தகவல்கள் பெறும் இடமாக இருக்கிறது. அங்கே தான் இந்த 'பின்புளுவன்சர்'கள் எளிதாக இவர்களைப் பிடிக்கிறார்கள்.

3. b) விற்பனையில் புதுமை

எந்தப் பொருளை விற்கிறீர்களோ அந்தப் பொருளை மட்டும் நீங்கள் விற்றால், உங்கள் பொருளை சந்தையில் இருக்கிற மற்ற பொருட்களுடன் ஒப்பிட்டுப் பார்த்து, விலையை, அதன் தரத்தை எல்லாம் அதேபோல இருக்கிறதா எனப் பார்ப்பார்கள். அதனால் உங்களால் கூடுதல் விலைக்கு விற்க முடியாது.

மாறாக, அந்தப் பொருளுடன் வேறு சிலவற்றைச் சேர்த்து, 'ஒரு காம்பினேஷன்' ஆக விற்கவேண்டும். அப்படி செய்தால் வாடிக்கையாளர்களால், மற்ற பொருட்களுடன் இதன் விலையை இலகுவாக ஒப்பிட்டுப் பார்க்கமுடியாது. என்ன விலை பெறும் என்று கணிக்க இயலாது. வைக்கும் கூடுதல் விலை கொடுத்து வாங்குவார்கள்.

அவதூத் சாட்டே செய்தது அதைத்தான். அவர் கொடுப்பது, பங்குச் சந்தை பயிற்சி. 'எந்தப் பங்கை வாங்கலாம், எப்போது வாங்கலாம்' என்பதைக் கண்டுபிடிக்கும் வழிமுறைதான் அவர் சொல்லிக்கொடுப்பது. அதற்குத்தான் அவர் கட்டணம் வசூலிக்க வேண்டும். அவரது பயிற்சிக் கட்டணங்களை, மக்கள் அவரைப் போலவே பயிற்சி தரும் ஏனைய பங்குச் சந்தை பயிற்சி நிறுவனங்களின் கட்டணங்களோடு ஒப்பிட்டுப் பார்ப்பார்கள்.

அவர் கூடுதல் கட்டணங்கள் வசூலித்தார். 17,000 முதல் ஒன்றரை லட்சம் வரை என்று சொல்கிறார்கள். 3 லட்சத்து 33 ஆயிரம் பேர் சேர்ந்து கட்டணம் கட்டிச் சேர்ந்துள்ளார்கள். அது எப்படி சாத்தியமாகியிருக்கும்?

அவர் விற்கும் அந்த சேவையில் (!) இன்னும் சிலவற்றையும் கலந்திருக்கிறார். அவற்றில் ஒன்று, இந்தப் பயிற்சியில், உங்களுக்கு யோகா சொல்லிக் கொடுக்கப்படும். இந்த பயிற்சியில் உங்களுக்கு மோட்டிவேஷன் சொல்லிக் கொடுக்கப்படும். தவிர இது ஒரு ஜாலியான பயிற்சி. நடுவில் நான் ஆடுவேன். குதிப்பேன். நீங்களும் ஆடலாம், குதிக்கலாம் என்றெல்லாம் சொல்வது. அவற்றைச் செய்வது.

இப்படியெல்லாம் வகுப்பு நடத்துவது இக்கால இளைஞர்களை கவர்வதற்காக. இப்படி 'இன்பார்மல்' ஆக, 'ஃபன்' (Fun) ஆகப் பயில விரும்புகிற இளைஞர்கள், புதிய தலைமுறையினர் ஏராளம். அவர்களைக் கவர்ந்திழுக்கவும், 'இது வழக்கமான 'கிளாஸ் ரூம்' பயிற்சி அல்ல. வித்தியாசமானது' என்று சந்தையில் தனிமைப்படுத்திக் கொள்வதற்கும் வேறுபடுத்திக் காட்டுவதற்கும் இவை எல்லாம் அவருக்கு உதவுகின்றன.

2015ல் இவர் தனியாக அகாடமி ஆரம்பித்து இருக்கிறார். 2020 முதல் 2024 வரை இவர் நடத்திய பல்வேறு 'பங்குச் சந்தை கோர்ஸ்'களுக்காக இவர் வசூலித்தொகை 601 கோடி ரூபாய். இவரிடம் இந்தத் தொகையை கட்டியவர்கள், 3 லட்சத்து 37,000 முதலீட்டாளர்கள்.

இவரோ இவருடைய நிறுவனமோ செபியிடம் பதிவு செய்திராத காரணத்தால், இதெல்லாம் தவறு என்று சொல்லியுள்ள செபி, இவருடைய வங்கி கணக்குகள் மற்றும் டிமேட் கணக்குகளில் இருந்து பணத்தையும் பங்குகளையும் எடுக்கத் தடை விதித்துள்ளது. மேலும், சாட்டே ரூபாய் 541 கோடியை பணத்தை வங்கியில் டெபாசிட் செய்து வைக்க வேண்டும் என்றும் சொல்லியுள்ளது. காரணம், இவருடைய தவறுகள் நிரூபிக்கப்பட்டால், அந்த அளவு பணத்தை, அவர் பலருக்கும் திருப்பிக்கொடுக்க வேண்டியிருக்கும். அதற்கான ஏற்பாடுதான் இது.

இதுபோன்ற 'இன்புளூவென்சர்'களின் 15,000 இணையதளங்களை செபி நீக்கி இருக்கிறது. அவர்களெல்லாம் 'பின்புளூவென்சர்'கள் என்ற பெயரில், தவறான தகவல்களை சமூக ஊடகங்கள் மூலம் மக்களுக்குக் கொடுத்துக் கொண்டிருப்பவர்கள்.

இளைஞர்கள் ஏன்?

இளம் தலைமுறையினருக்கு வங்கி, அஞ்சலகம், ரயில், பேருந்து நிலையங்களுக்கு நேரடியாகப் போய் சேவை பெறப் பிடிக்காது.

இன்றைய இளையோருக்கு, கடன் வாங்குவதோ, கடிதங்கள் அனுப்புவதோ, பார்சல் அனுப்புவதோ, பணத்தை எடுப்பதோ, கொடுப்பதோ, ரயில் டிக்கெட், பேருந்து, விமான டிக்கெட்கள் வாங்குவதோ, உணவு வாங்குவது, காய்கறிகள் வாங்குவது என அனைத்தையுமே எவருடனும் முகத்துக்கு முகம் நேரடித் தொடர்பு இல்லாமல் இணையம் மூலம் செய்வதுதான் பிடித்திருக்கிறது. தவிர அதுதான் எளிதாகத் தெரிகிறது.

இந்தத் தலைமுறையினர், "புத்தகங்கள் போர் அடிக்கிறது" என்கிறார்கள், அதைப் படித்த யாராவது, விவரம் தெரிந்த யாராவது அவற்றைப் பற்றிப் பேசினால் போதும். அதைக் கேட்டுக் கொண்டால் போதும்" என்று நினைக்கிறார்கள். அதற்கு இவை பெரிய உதவியாக இருக்கின்றன.

அதேபோலதான் அவர்கள் எது குறித்துத் தெரிந்துகொள்ளவும் இணையத்தை நாடுகிறார்கள். முதலீடுகள் விதிவிலக்கல்ல.

பங்குகள், பரஸ்பர நிதிகள் குறித்த பரிந்துரைகளையும் சமூக வலைதளங்களில் இருந்தே எடுத்துக்கொள்கிறார்கள். அவர்களுக்கு, செபி பதிவு பெற்ற பரிந்துரையாளர்கள், ஆலோசகர்கள் எல்லாம் முதியோர்களாகத் தெரிகிறார்கள். அதேசமயம் யூடியூபில், முகநூலில், டெலிகிராமில் பேசுபவர்களுடன் அவர்களால் எளிதாக 'கனெக்ட்' ஆக முடிகிறது. அவர்களுக்கு முறையாக என்பதே தொந்தரவாக, பழையதாகத் தெரிகிறது. அவர்களுக்குத் தேவை, 'இன்பார்மல்' பேச்சு. அது நிதி தொடர்பானதாக இருந்தாலும்! அவர்களைச் சுலபமாக நம்பவும் செய்கிறார்கள். அவர்கள் சொல்வதைச் செய்கிறார்கள்.

தங்களின் சொந்த நிதி குறித்து மற்றும் வரவு செலவு, லாப நட்டங்களை இளைஞர்கள் அவர்களுடைய உறவினர்கள், பெற்றோர்கள் மற்றும் நண்பர்களோடு பகிர்ந்துகொள்ளத் தயங்குகிறார்கள். ஆனால், இதுபோன்ற 'இன்புளூவென்சர்'களிடம்

பகிர்ந்துகொள்வது, பேசுவது அவர்களுக்கு எளிதாக இருக்கிறது. தயக்கமில்லாமல் பேச முடிகிறது

சாட்டே செய்வது ஒருவிதமான 'கலப்பு' என்றால், பல போன்ற 'இன்புளுவென்சர்'கள் செய்வது, வேறு விதமான கலப்பு. இவர்கள் ஒரு சிறு குழுவை உருவாக்கிக்கொள்கிறார்கள். அந்தக் குழுவில் இவர்கள் சந்தேகங்கள் கேட்டால், அதற்கு குழுவில் பதில் கிடைக்கும். தவிர. வருமான வரிக் கணக்கு தாக்கல் செய்வது போன்றவற்றில் உதவி போன்ற சேவைகளையும் கொடுப்பார்கள்.

இப்படி நிதி தொடர்பான ஒட்டுமொத்த சேவை கொடுக்கிற ஓர் இடம் போல அவர்கள் நடந்துகொள்ள, அவர்கள் கொடுக்கும் பங்குப் பரிந்துரைகள் இவர்களுக்குத் தவறாகத் தெரிவதில்லை.

3. c) சரியில்லாதவர்களை எப்படிக் கண்டுபிடிப்பது?

'செபி' (*Security Exchange Board of India -SEBI*)க்கு என்று ஒரு இணையதளம், வெப்சைட் இருக்கிறது. அதில் எவரைப் பற்றித் தெரிந்துகொள்ளவேண்டுமோ, அவருடைய பெயரோ அல்லது அவருடைய நிறுவனத்தின் பெயரோ, பதிவு செய்தவர்கள் பட்டியலில் இருக்கிறதா என்று பார்க்கலாம்.

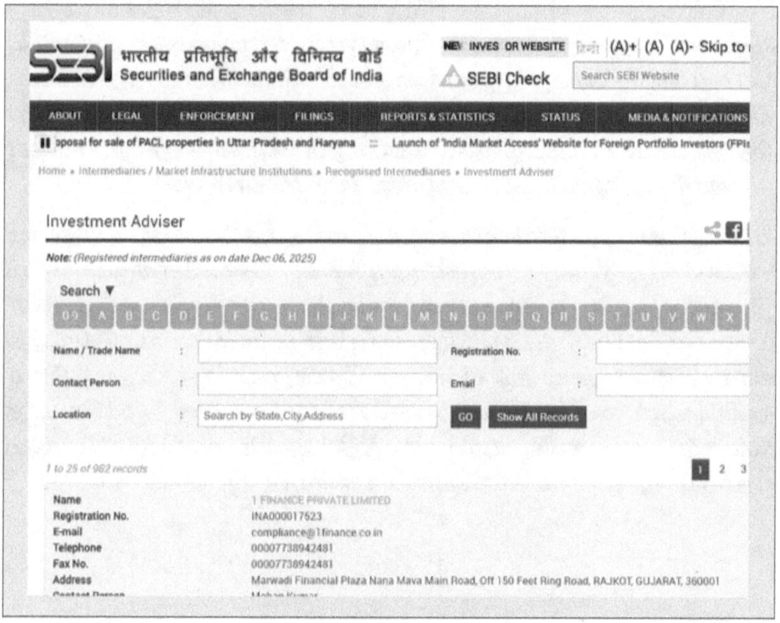

எவராவது அப்படி உங்களுக்கு அறிமுகப்படுத்திக்கொண்டால் அவர்களுடைய பெயரை வைத்துத் தேடலாம். அல்லது அவர்களுடைய நிறுவனத்தின் பெயரை வைத்துத் தேடலாம். அது இரண்டும் உங்களால் இயலாவிட்டால் நீங்கள் உங்களுடைய மாநிலத்தின் பெயரைப் போட்டு அதில் பதிவு செய்திருக்கிற அத்தனை நபர்களுடைய விவரங்களும் வரும். அது அகர வரிசைப்படி ஆங்கிலத்தில் இருக்கும். அதில் கண்டுபிடித்து விடலாம்.

தவிர அந்த நபரிடமும் நிறுவனத்திடமோ கேட்கலாம்.

செபியில் பதிவு முதலீட்டு ஆலோசகராகப் பதிவு செய்திருப்பவரை செபி ரெஜிஸ்டெர்ட் அட்வைசர் *(Registered Investment Advisor* சுருக்கமாக *RIA)* என்று அழைக்கிறது. அவர் பதிவு செய்யப்பட்டவராக இருந்தாலும், எல்லாவற்றையும் செய்து விட முடியாது.

அவர் என்ன செய்யலாம் என்ன செய்யக்கூடாது என்பவற்றைப் பற்றித் தெளிவாகத் தெரிந்துகொண்டு, அதற்கு ஏற்ப வாடிக்கையாளர்கள் அவரிடமிருந்து சேவை பெறலாம்.

*RIA*க்கள் வேறு நோக்கங்கள் இல்லாமல் வாடிக்கையாளருடைய நன்மைக்காக அவருக்கு ஆலோசனைகள் கூறலாம். குறிப்பிட்ட வாடிக்கையாளர் எவ்வளவு ரிஸ்க் எடுக்கலாம், அவருடைய நிதி திட்டம் எப்படி இருக்க வேண்டும் போன்றவற்றை *RIA*க்கள் கூறலாம். அதற்குக் கட்டணம் வாங்கிக்கொள்ளலாம்.

*RIA*க்கள் வாடிக்கையாளருடைய பணத்தை வாங்கி, வர்த்தகம் செய்யக்கூடாது அது முழுக்க முழுக்க வாடிக்கையாளருக்காகவே இருந்தாலும். வாடிக்கையாளர்களிடம் 'பவர் ஆப் அட்டர்ணி' (பவர் பத்திரம்) வாங்கக்கூடாது. வாடிக்கையாளர் பணம் கொடுத்து வாங்குகிற எதையும் *RIA* விற்பனை செய்யக்கூடாது. அதற்கு இவர் தனிப்பட்ட கமிஷன் பெற்றுக்கொள்ளக்கூடாது. முக்கியமாக *RIA*க்கள், அவர்களே பரஸ்பர நிதி ஆயுள் காப்பீடு போன்ற எதற்கும் முகவராக, விநியோகிப்பாளராக இருக்கக் கூடாது.

3. d) 'செபி ரெஜிச்டர்ட் அட்வைர்'ஆகப் பதிவுசெய்வதற்கு

முதலில், *Investment Advisor Administration and Supervisory Body (IAASB* இடம் அவர்கள் கேட்கிற விதமாக விண்ணப்பம் கொடுக்க வேண்டும். தனி நபர்கள் பெயரிலோ அல்லது நிறுவனத்தின் பெயரிலோ விண்ணப்பம் கொடுக்கலாம். இரண்டுக்கும் வெவ்வேறு கட்டணங்கள். அவ்வப்போது மாறுகின்றன. *2025*-ல் நடைமுறையில் இருப்பது விண்ணப்பங்களின் விலை, தனிநபருக்கு ரூபாய் *3000* நிறுவனத்திற்கு ரூபாய் *10,000*. பதிவு கட்டணம் தனி நபர்களுக்கு ரூபாய் *3000* நிறுவனங்களுக்கு ரூபாய் ஐந்தாயிரம். இது ஐந்தாண்டு கட்டணம். அதற்கு பிறகு மீண்டும் அதை நீட்டிக்க, ஆயிரம் மற்றும் ஐந்து ஆயிரம் கட்டணம் கட்ட வேண்டும். *(2025* நிலவரம்)

கட்டணங்கள் தவிர, தனி நபர்களும் நிறுவனங்களும் அவர்கள் வாடிக்கையாளர்கள் எண்ணிக்கை பொறுத்து, செபி இடம் வைப்புத் தொகையும் கொடுத்து வைக்க வேண்டும்.

No. of clients (Maximum number of clients on any day of the previous financial year)	Deposit
Up to 150 clients	₹ 1 lakh
151 to 300 clients	₹ 2 lakh
301 to 1,000 clients	₹ 5 lakhs
1,001 and above clients	₹ 10 lakhs

விலக்கு

காப்பீட்டு முகவர்களாக இருப்பவர்கள், ஓய்வூதியத்திற்கு ஆலோசனை சொல்கிற பென்ஷன் அட்வைசஸ், பரஸ்பர நிதிகளை விநியோகம் செய்யும் மியூச்சுவல் ஃபண்ட் டிஸ்ட்ரிபியூட்டர்கள், பங்குத் தரகு நிறுவனங்கள், போர்ட் போலியோ மேனேஜர்கள், ஃபண்டு மேனேஜர்கள், போன்றவர்களுக்கு இப்படிப்பட்ட பதிவு அவசியம் இல்லை. அவர்களுடைய வேலை காரணமாக அவர்கள் சொல்லுகிற ஆலோசனைகளை, செபி பதிவு இல்லாமலே கூட சொல்லலாம். ஆனால், எப்படி ஆலோசனை சொல்லலாம் என்கிற வரம்புக்கு உட்பட்டுதான் இருக்கவேண்டும்.

ஆடிட்டர்கள், கம்பெனி செகரட்டரிகள், ஐ சி டபிள்யூ ஏ படித்தவர்கள் ஆகியோருக்கும் இந்த விலக்கு உண்டு.

இந்த விவரங்களை எல்லாம் நேரடியாக செபி நிறுவனத்திடமே கேட்டுத்தெரிந்துகொள்வது சரி.

3. e) “வா, வா. பக்கம் வா” – பங்குச்சந்தை மோசடிகள்

‘நண்டு கொழுத்தால் வலையில் தங்காது’ என்று ஒரு பழமொழி. வெளியில் வருகிறது நண்டு அதைப் பிடிப்பவர்கள் மற்றும் சாப்பிடும் மற்ற உயிரினங்கள் கண்ணில் பட்டு, இரையாகிவிடும். அப்படித்தான் கொஞ்சம் பணத்தை வைத்துக்கொண்டு, என்னடா செய்யலாம்?’ என்று அலைபவர்கள் மற்றும் ‘ஏதாவது செய்து பணத்தைப் பெருக்கலாம்’ என்று முயற்சிக்கிறவர்கள் சிக்கலில் மாட்டிக் கொள்கிறார்கள்.

பணம் சம்பாதிப்பதற்கு நேர்மையான சுலப வழிகள் இல்லை. நேர்மை இல்லாத வழிகள் எப்போதும் ஆபத்து. ஆனாலும் பலரும் நினைப்பது. ‘தவறான வழியில் சம்பாதிப்பவர்கள் அனைவருமா மாட்டிக் கொள்கிறார்கள்?’ பலரும் செய்கிறார்களே! நாமும் செய்தால் என்ன?’ என்பதுதான்.

எல்லோரும் மாட்டிக் கொள்வதில்லை என்பது ஓரளவு சரி என்று ஏற்றுக் கொண்டாலும், யாராவது மாட்டிக் கொள்கிறார்கள் அல்லவா? அந்த யாராவது, நாமாக இருக்கமாட்டோம் என்பதற்கு யார் உறுதி கொடுப்பார்கள்? அப்படி மாட்டிக்கொண்டால், நம்மால் அதைச் சமாளிக்க முடியுமா? அந்த அவமானத்தை, நட்டத்தை, சிரமத்தைத் தாங்க முடியுமா? என்று யோசித்துப் பார்க்க வேண்டும்.

சாத்தியத்திற்கு அதிகமாக வருமானம் ஈட்டித் தருவதாக எவரேனும் கூறினால் மக்களுக்கு முதலில் வருவது ஆர்வம். அடுத்து வருவது

ஆசை. ஆனால், முதலில் வர வேண்டியது சந்தேகம். தொடர்ந்து வர வேண்டியது, எச்சரிக்கை உணர்வு.

திருவிழாவில் திருடர்கள்

சாட்டே மட்டுமல்ல. மத்தியில் காங்கிரஸ் ஆட்சி மாறி மோடி பிரதமராக வரக்கூடும் என்று கருத்துக்கணிப்புகள் வர ஆரம்பித்ததில் இருந்தே அதாவது, 2013ம் ஆண்டில் இருந்தே இந்திய பங்குச்சந்தை உயர ஆரம்பித்துவிட்டது.

2013 ஆண்டில் சென்செக்ஸ், 21,170 புள்ளிகளிலும், நிஃப்டி 6,304 புள்ளிகளிலும் இருந்தது. அதிலிருந்து தொடர் உயர்வுதான். அவ்வப்போது, கொரோனா காலம் போன்று இடையில் சற்று இறங்கினாலும், மீண்டு, புதிய உச்சங்களைத் தொட்டு, தாண்டி, கடந்த 12 ஆண்டுகளாக, 'புல் ரன்' தொடர்கிறது.

2025ல் சென்செக்ஸ் 80,000. நிப்டி, 26,000. போதாததற்கு, அதே காலகட்டத்தில் பரஸ்பர நிதிகள் மிக வேகமாக அவர்கள் வியாபாரத்தை அதிகரித்து இருக்கிறார்கள். பரஸ்பர நிதிகள் வசம் இருக்கிற மொத்தப் பணம் (அசட் அண்டர் மேனேஜ்மெண்ட்), 2025 ல் 77 லட்சம் கோடி ரூபாய்.

எஸ்ஐபி முறை அவர்களுக்கு மிகப்பெரிய உதவியாக மாறிவிட்டது. ஒவ்வொரு மாதமும் சுமார் 27 ஆயிரம் கோடி ரூபாய் எஸ்ஐபி மூலம் அவர்களை அடைகிறது. அவற்றை அவர்கள் சந்தையில் முதலீடு செய்ய வேண்டும். அதன் காரணமாக பங்குச்சந்தை தொடர்ந்து உயர்கிறது.

இளம் தலைமுறையினர் அதற்குள் நுழைந்துவிட்டார்கள். அது அவர்களுக்கு எளிதாக இருக்கிறது. சிலருக்கு நல்ல வருமானமும் கொடுத்திருக்கிறது. அதனால், ஃபாரின் போர்ட் போலியோ இன்வெஸ்டர்ஸ் (எப் பி ஐ) எனப்படும் அந்நிய முதலீட்டாளர்கள் தொடர்ந்து இந்திய பங்குச் சந்தைகளில் விற்றுப் பணத்தை எடுத்துக்கொண்டு வெளியேறுகிற போதும் கூட, இந்தியப் பங்குச் சந்தைகள் கணிசமாக இறங்கவில்லை.

தொடர்ந்து பல ஆண்டுகளாக விலைகள் இவ்வளவு உயர்ந்திருக்கின்றன. பரஸ்பர நிதி பணம் வந்துகொண்டிருக்கிறது. ஐ

பி ஓக்கள் வந்துகொண்டிருக்கின்றன. 'சென்செக்ஸ்' சும், 'நிப்ட்டி'யும் 'பேங்க் நிஃப்டி'யும் மிக உயர்ந்த நிலைகளுக்குப் போயிருக்கின்றன என்றால்.. சந்தையில் எவ்வளவு நபர்கள், எத்தனை எத்தனை விதமாக பணம் செய்ய ஆரம்பித்திருப்பார்கள்!. குறுக்கு வழிகளைக் கண்டுபிடித்து இருப்பார்கள்!! ஏமாற்றிக் கொண்டிருப்பார்கள்!!!

பங்குச் சந்தை தொடர்ந்து உயர்ந்துகொண்டிருக்கிறது என்றால், அது ஒரு பெரிய திருவிழா அல்லது கும்பமேளா போல. லட்சக்கணக்கான, கோடிக் கணக்கானவர்கள் புழங்கிக் கொண்டிருக்கிறார்கள். அவர்கள் அனைவரும் சரியான வழியில் நடந்துகொண்டிருக்கிறார்கள் என்று சொல்ல முடியாது. திருவிழாக் கூட்டத்திற்குள் பிக்பாக்கெட்காரரர்கள் இருப்பார்கள். திருடர்கள், வழிபறிக்கொள்ளையர்கள் இருப்பார்கள். தவறான பொருட்களை நல்லது என்றும் விலை குறைவு என்றும் கூவிக் கூவி விற்பவர்கள் கண்டிப்பாக இருப்பார்கள். எல்லாம் நடந்துகொண்டிருக்கின்றன. எது, யார், எங்கே என்று தெரியாது. அவ்வளவு கூட்டம். அவ்வளவு நடவடிக்கைகள்.

முந்தைய மோசடிகள்

இதற்கு முந்தைய 1992 மற்றும் 2000ம் ஆண்டு காலங்களிலும் 'இப்போது நடப்பது போன்ற தொடர்ந்து விலை உயரும் புல் ரன்' கள் நடந்தன. பின்னர், ஹர்ஷத் மேத்தா மற்றும் கேத்தன் ஃபாரீக் போன்றவர்களின் ஊழல்கள் வெளிவந்து அந்தக் காளைகளின் ஓட்டம் முடிவுக்கு வந்தன.

முன் காலத்தில் நடந்தது போன்ற 'கவுண்டர் பார்ட்டி ஃபெயிலியர்', போலி பங்கு பத்திரங்கள் போன்ற 'சிஸ்டமிக் ரிஸ்க்'குகள், ஊழல்கள் எதுவும் இருக்கக்கூடாது. செயற்கையாக பங்குச் சந்தை உயர்த்தப்படக் கூடாது என்றெல்லாம் பங்குச் சந்தை கண்காணிப்பு ஆணையமான செபி பல்வேறு நடவடிக்கைகளை எடுத்துவருகிறது.

'கள்ளன் பெரிதா? காவல் பெரிதா?' என்று தமிழில் மற்றொரு பழமொழி உண்டு. காவல் எவ்வளவு போட்டாலும், கள்ளர்கள் அதையும் தாண்டி களவாடுவார்கள் (திருடுவார்கள்) என்பது அதன் பொருள். அதாவது, கட்டுப்பாடுகள், கண்காணிப்புகள் எவ்வளவு

இருந்தாலும், அவற்றையெல்லாம் மீறி வேறு, புதிய வழிகள் கண்டுபிடித்து, சிலர் திருடவே செய்வார்கள். பங்குச்சந்தையிலும் அது பலமுறை நடந்திருக்கிறது. இனியும் அப்படி நடக்கும். எல்லா வழிகளையும் அடைத்தாயிற்று என்று சொல்லவே முடியாது.

சமீபத்திய மோசடிகள்

"கடந்த சில ஆண்டுகளாக *SME* சந்தையில் பல 'போலி' நிறுவனங்கள் பட்டியலிடப்பட்டிருக்கின்றன. அந்தப் பங்குகளின் விலைகளை மிக அதிகமாக உயர்த்தி, பல எளிய முதலீட்டாளர்களும் டிரேடர்களும் ஏமாற்றப்பட்டிருக்கிறார்கள்.

கம்பெனிக்கு பெயர் இருக்கும். பதிவு எண் இருக்கும். ஆனால் நிருவனத்தில் ஒரு நடவடிக்கையும் இருக்காது. 'அது ஆஹா ஓஹோ என்று போய்க்கொண்டிருக்கிற கம்பெனி. இவ்வளவு, அவ்வளவு வியாபாரம் நடக்கிறது லாபம் கிடைக்கிறது என்றெல்லாம் பொய் தகவல்கள் சொல்லி, ஒரு பெரிய ஐபிஓ கொண்டு வந்து, அதற்கு பிரபலமானவர்களைச் சான்று தரச் சொல்லி, இதோ அதோ மிக கூடுதலாக சப்ஸ்கிரைப் ஆகிவிட்டது. நிழல் மார்க்கெட்டான கிரே மார்க்கெட் இப்பொழுதே இந்தப் பங்குகளுக்கு எவ்வளவு பிரிமியம் இருக்கிறது என்பது போல் எல்லாம் செய்திகளை வெளியிட்டு, சாதாரண முதலீட்டாளர்களை இழுப்பார்கள்.

ஆக, இந்த லாபம் மிக அதிகமாக இருக்கும்போல இருக்கிறதே என்று அதை நம்பி, அந்த ஐபிஓ விற்கு விண்ணப்பித்து, அந்தப் பங்குகளை வாங்கி வைத்துக் கொள்வார்கள். அதற்குப் பிறகு அந்தப் பங்குகள் தேசியப் பங்குச் சந்தையின். *SME* பகுதியில் பட்டியலிடப்படும்.

அங்கேயும் சில நாட்களுக்கு வெளியே உயர்த்துவார்கள். அதைப் பார்த்து இன்னும் சில புதிய சிறு முதலீட்டாளர்களை வந்து மாட்டிக்கொள்வார்கள். அதன் பிறகு அல்லது அந்த நேரத்தில் ஏற்கனவே அந்த நிறுவனத்தின் முதலாளிகளாக இருக்கிறவர்கள், தங்களுடைய ஒன்றுக்கும் உதவாத பங்குகளைப் பெரிய விலைகளில் விற்று, வெளியேறிவிடுவார்கள். புதிதாக வாங்கியவர்கள், நட்டத்தைப் பார்த்துக்கொண்டு உட்கார்ந்து இருக்க வேண்டியதுதான்.

அதோடு விடமாட்டார்கள். இன்னுமொரு வாய்ப்பு கிடைத்தால் அடுத்த காலாண்டில் அந்த நிறுவனம் சிறப்பாக வியாபாரம் செய்ததாக பொய்யான தகவல்களைக் கொடுத்து அதற்கு முன்னர் பங்கு விலைகளைத் திடீரென உயர்த்தி மற்றவர்களைக் கவனிக்க வைத்து அப்போதும் அவர்களிடம் இருக்கிற பங்குகளை விற்று லாபம் பார்ப்பார்கள். விலை இறங்கினால் வாங்கிக்கொள்வார்கள்.

பெரிய தொகைகளை ஐபிஓவில் சிறிய முதலீட்டாளர்களிடம் பெற்று, பிறகு பட்டியலிட்ட பின், ஐபிஓ விலை போகாமல், பாதிக்கும். அதிகமாக விலை குறைந்து முதலீட்டாளர்களுக்கு நட்டம் கொடுத்த நிறுவனங்கள் எவை? என்று இணையத்தில் தேடினால் கீழ்க்காணும் பெயர்கள் வருகின்றன.

அருணையா ஆர்கானிக்ஸ், கேபிட்டல் நம்பர்ஸ் இன்ஃபோடெக், ஏஸெக்ஸ் மெரைன், சூப்பர் அயன் பவுண்டரி, ஆஸ்ட்ரான் மல்டி கிரைன், கிளியர் செக்யூர்டு சர்வீசஸ்.

3. f) ஒரு வெளிநாட்டுத் தரகு நிறுவனம் செய்த திருட்டுத்தனம்

ஜேன் ஸ்ட்ரீட் என்பது அமெரிக்காவைச் சேர்ந்த, உலகில் பல நாடுகளில் இயங்கும், ஒரு பங்கு டிரேடிங் நிறுவனம். அல்காரிதம் போன்றவற்றைப் பயன்படுத்தி மிக வேகமாக சந்தையில் இயங்கி லாபம் ஈட்டுவதற்குப் பெயர் பெற்றது.

மிக வேகமாக வளர்ந்து வரும் இந்தியாவின் ஃபியூச்சர்ஸ் & ஆப்ஷன்ஸ் சந்தையில் டிரேடு செய்து பணம் பார்ப்பதற்காக, ஜேன் ஸ்ட்ரீட் நிறுவனம், டிசம்பர் 2020ல், ஜே எஸ் ஐ இன்வெஸ்ட்மென்ட் பிரைவேட் லிமிடெட் என்ற நிறுவனத்தை மும்பையில் தொடங்கியது.

2024 ஏப்ரல் மாதம், “எங்கள் தனிப்பட்ட வழிமுறைகளைத் திருடி, வேறு ஒரு நிறுவனம் பங்குச்சந்தையில் பணம் பண்ணிக் கொண்டிருக்கிறது” என்று ஜேன்ஸ் ஸ்ட்ரீட் நிறுவனம் அமெரிக்காவில் வேறு ஒரு நிறுவனத்தின் மீது நீதிமன்றத்தில் வழக்கு தொடர்ந்திருந்தது. அதன் அந்தத் தனிப்பட்ட வழிமுறைகளை ஜேன் ஸ்ட்ரீட் நிறுவனம், இந்தியாவிலும் செய்வதாக ஊடகங்களில் சில செய்திகள் வந்தன.

அவற்றை செபி கவனித்தது. அது என்ன ‘தனிப்பட்ட வழிமுறை’? என ஆராய ஆரம்பித்தது. ஜூலை மற்றும் ஆகஸ்ட் 2024 தேசிய பங்குச்சந்தையில், ஜே எஸ் ஐ இன்வெஸ்ட்மென்ட் பிரைவேட் லிமிடெட், இந்தியாவில் செய்யும் வர்த்தகங்களில் ஒரு குறிப்பிட்ட பேட்டர்ன், அதாவது ஒரேவிதமாக விற்று, ஒரேவிதமாக

வாங்குகிற முறை - சரி இல்லாதது போலத் தெரிகிறது என்று விளக்கம் கேட்டும், அப்படிச் செய்யக்கூடாது என்றும் எழுதியது. அதற்கு ஜே எஸ் ஐ இன்வெஸ்ட்மென்ட் பிரைவேட் லிமிடெட் ஏதோ பதில் எழுதியிருக்கிறது. அந்தப் பதில் பொதுவெளியில் வெளியிடப்படவில்லை.

செபி செய்த ஆய்வில், அந்த நிறுவனம் *Prohibition of Fraudulent and Unfair Trade Practices (PFUTP)* வழிகாட்டுதலை மீறி இருக்கிறது என்பதைக் கண்டுபிடித்தது. 'அன்பேர் டிரேட் பிராக்டிசெஸ்' என்றால், நியாயமற்ற முறையில் செய்கிற வர்த்தகம். எப்படி வர்த்தகம் செய்யலாம் என்கிற வழிமுறைகளின்படி பார்த்தால் அது குற்றமாகத் தெரியாது.

ஆனால், வழிமுறைகளில் இருக்கிற ஓட்டைகளை பயன்படுத்தி மற்றவர்களை ஏமாற்றி லாபம் செய்கிற முறை என்பதால் அது நியாயப்படி சரியில்லை அதுதான், 'அன்ஃபேர் டிரேட் பிராக்டிஸ்'.

ஏமாற்று வேலை

பெரிய நிறுவனம். அதன் வசம் பெரும் பணம் இருக்கிறது. அதை வைத்து அந்த நிறுவனம் செய்த வேலையும் மிகப்பெரியது. பங்குச்சந்தையில் ஈக்குவிட்டி அல்லது கேஷ் மார்க்கெட் என்று ஒரு பகுதி இருக்கிறது. ஃபியூச்சர்ஸ் என்று மற்றொரு பகுதி. தவிர, ஆப்ஷன் என்று ஒரு பகுதி.

கேஷ் மார்க்கெட்டைப் போலின்றி, பியூச்சர்ஸ் மட்டும் ஆப்ஷன்ஸ் மார்க்கெட்டுகளுக்கு ஒவ்வொரு மாதத்தின் இறுதி வியாழக்கிழமை, 'எக்ஸ்பயரி டே' என்று சொல்லப்படும், கணக்கு முடித்துக்கொள்ள வேண்டிய இறுதி நாள் என்று ஒன்று உண்டு. பியூச்சர்ஸ் காண்ட்ராக்ட்களை அந்த மாதத்தில் முடித்துக் கொள்ளாவிட்டாலும் கூட, அடுத்தடுத்த மாதங்களுக்கு 'கேரி பார்வர்ட்' செய்யலாம். கிட்டத்தட்ட அதே விலைகளுக்குக் கிடைக்கும்.

ஆனால், ஆப்ஷன்ஸில் அப்படிச் செய்ய முடியாது. அந்த மாதத்திற்கு வாங்கியது, அந்த மாதத்தோடு முடிந்துவிடும். அதாவது எக்ஸ்பையர் ஆகிவிடும். முடிவு நாள் நெருங்க நெருங்க அதன் விலை எனப்படும் பிரிமியம் குறைந்துவிடும்.

ஜேன் ஸ்டிரீட் நிறுவனம், ஃப்யூச்சர்ஸ் அண்ட் ஆப்ஷன்ஸ் பகுதியில் அனுமதிக்கப்பட்ட சில பங்குகளைத் தேர்வு செய்யும். மாதத்தின் தொடக்கத்தில் தேர்வு செய்த அந்தக் குறிப்பிட்ட அந்தப் பங்குகளை, கேஷ் மார்க்கெட் மற்றும் பியூச்சர்ஸ் மார்க்கெட் ஆகிய இரண்டிலும் வாங்கும். சந்தையில் நடப்பதைவிட கூடுதல் விளைகள் போட்டு வாங்கும். (இதை வைத்தும், இதில் ஏதோ சூது இருக்கிறது என்று சந்தேகப்பட்டிருக்கிறார்கள். எவ்வளவு சாமர்த்தியமானத் திருடன் ஆனாலும் கொலையாளி ஆனாலும் ஏதோ ஒரு ஆதாரத்தை விட்டு விட்டுப் போவான் என்று சொல்வதுண்டு அதுபோல) அவர்களுக்கு இருக்கிற பல்வேறு அலுவலகங்கள் தொடர்புகள் மூலம் தொடர்ந்து அந்தப் பங்குகளை உயர்ந்த விலைகளில் வாங்கிக்கொண்டே இருப்பார்கள். அதன் காரணமாக அந்தப் பங்குகளின் விலைகள் அதிகம் உயர்ந்து விடும்.

இவற்றைக் கவனிக்கிற மற்ற டிரேடர்கள், இந்த நிறுவனத்தில் ஏதோ நல்லது நடக்கிறது விஷயம் தெரிந்தவர்கள் வாங்கிக் கொண்டிருக்கிறார்கள் நாமும் வந்த பங்குகளை வாங்கினால் விலை உயர்வில் பங்கு பெறலாம் லாபம் அடையலாம் என்று நினைத்து அவர்களும் வாங்குவார்கள்.

இதை ‘பிக்கி பேக்கிங் *(Piggybacking)* என்பார்கள். ஆம்புலன்ஸ் பின்னால் சாமர்த்தியமாக வேகமாகப் போய்விடுகிற சில வண்டிகளைப் போல.

அப்படி கேஷ் மார்க்கெட்டிலும் பியூச்சர்ஸ் மார்க்கெட்டிலும் வாங்குபவர்களுக்குகூட அவ்வளவு ஆபத்து இல்லை. அவர்களால் அவற்றைத் தொடர்ந்து வைத்திருந்து, பிறகு விற்றுக்கொள்ள முடியும். ஆனால், இந்த விலை உயர்வைப் பார்த்து ஆப்ஷன்ஸில் கால் ஆப்ஷன் என்கிற, விலை உயர்ந்தால் லாபம் கிடைக்கக்கூடிய ஆப்ஷன்களை டிரேடர்கள் வாங்குவார்கள்.

விலை எப்படி மாறினாலும், அவர்கள் அந்த மாதத்தின் இறுதியில் அவர்கள் வாங்கிய கால் ஆப்ஷன்களை விற்று, கணக்கு முடித்துக் கொள்ள வேண்டும்.

பங்குச் சந்தையில் எதை யார் வாங்கினாலும் அதை வேறு யாராவது ஒருவர் விற்க வேண்டும். அதே தானே கால்

ஆப்ஷனுக்கும். கேஷ் மார்க்கெட்டிலும் பியூச்சர்ஸ் செல்லும் குறிப்பிட்ட பங்குகளின் விலை உயர்வதைப் பார்த்து அதனால் பேங்க் நிஃப்டி மற்றும் லிப்ட் 50 இன்டெக்ஸ் களும் உயர்வதை பார்த்து அவற்றின் கால் ஆப்ஷன்களையும், குறிப்பிட்ட பங்குகளின் கால் ஆப்ஷன்களையும் டிரேடர்கள் வாங்க, வேறு சிலர் விற்க முன்வருவார்கள்.

ஆனால், எல்லோரும் விலை உயர்ந்துகொண்டிருக்கிற பங்கின் கால் ஆப்ஷன்களைத் தைரியமாக விற்க மாட்டார்கள். ஆனால், ஜேன் ஸ்ட்ரீட் அதை தைரியமாகச் செய்தது. ஆம். விலை தொடர்ந்து உயர்ந்துகொண்டே இருக்கிற பங்குகளின் கால் ஆப்ஷன்களை ஜேன்ஸ் ஸ்ட்ரீட் தெரிந்தே விற்றது.

அதன்பிறகு, அந்த மாதத்தின் காண்ட்ராக்ட் முடிவு தேதி நெருங்க நெருங்க, ஜேன் ஸ்ட்ரீட் அதன் கையில் இருக்கிற, அந்த மாதத்தின் தொடக்கத்தில் கேஷ் மார்க்கெட் மற்றும் பியூட்சர்ஸில் வாங்கிய பங்குகளை விற்கும்.

முன்பு செய்தது போலதான். வேகமாக விற்கவேண்டும் என்பது போல, சந்தையில் நடக்கிற) விலையைக் (மார்க்ட் பிரைஸ்) காட்டிலும், குறைந்த விலைகளுக்கு விற்க முன் வரும். இப்படியெல்லாம் அந்நிறுவனம் செய்திருக்கிறது என்பது, பின்னால் ஆய்வின்போதுதான் தெரியவந்திருக்கிறது.

இப்படி அந்த மாதக் கடைசியில் கேஷ் மார்க்கெட்டில் வாங்கிய மற்றும் பியூச்சர்ஸ் மார்க்கெட்டில் வாங்கிய பங்குகளையும் இண்டெக்ஸ் பியூச்சர்களையும் வந்த விலைக்கு விற்கும். பெரிய அளவுகளில் விற்கும்.

விலை ஏறுகிறது என்பதைப் பார்த்து, மிக அதிகமாக வாங்கி வைத்திருந்த மற்ற டிரேடர்கள் ஏன் திடீரென விலை இறங்குகிறது என்று புரியாமல், சரி ஏதோ நமக்குத் தெரியாத காரணம் இருக்கும் போல என்று அவர்களும் கையில் இருப்பதை விற்க வேண்டிய நிலை வந்துவிடும்.

இப்படி பலரும் தொடர்ந்து விற்க, உண்மையில் ஏதோ கெட்ட செய்தி வந்திருக்கிறது போல என இன்னும் பலரும் விற்பார்கள். கேஸ் மார்க்கெட்டிலும் பியூச்சர்ஸ் மார்க்கெட்டிலும் வலுவான சில பங்குகளின் விலை குறைந்தால் அதன் தாக்கம் ஆப்ஷன்ஸ்

மார்க்கெட்டில் அந்தப் பங்குகளின் கால் ஆப்ஷன்ஸ் மற்றும் அந்த பங்குகள் இருக்கிற நிஃப்ட்டி 50 இன்டெக்ஸ் மற்றும் பேங்க் இன்டெக்ஸ் போன்றவற்றிலும் எதிரொலிக்கும்.

அவற்றைக் கவனிக்கும் ஆப்ஷன் டிரேடர்கள், அந்தப் பங்குகளின் கால் ஆப்ஷன்ஸ் விலை இனி உயராது. வேகமாகக் குறைந்து விடும் என்று தெரிந்து உடனடியாக வந்த விலைக்கு அந்த ஆப்ஷன்களை விற்பார்கள்.

மாதத் தொடக்கத்தில் மிக அதிக விலைகளிலும், தொடர்ந்து அதற்குப் பிறகு உயர்ந்த விலைகளிலும் கால் ஆப்ஷன்களை விற்று வைத்திருந்த ஜேன் ஸ்டிரீட் நிறுவனம் மகிழ்ச்சியாக, மிகக் குறைந்த விலையில் அள்ளிவீசப்படும் அந்தப் பங்குகளின் கால் ஆப்ஷன்களை வாங்கி, தங்கள் கணக்கை நேர் செய்துகொண்டு, பெறும் லாபத்தைப் பதிவு செய்வார்கள்.

மொத்தத்தில், ஆப்ஷன்ஸ் காண்ட்ராக்ட் இறுதி நாட்களில், இறுதி நேரங்களில் அது தொடர்பான பங்குகளின் விலையை மிக அதிகமாக மாற்றி, அதன் மூலம் ஆப்ஷன் விலைகளில் குழப்பத்தை உண்டாக்கி, ஏற்கனவே இப்படி செய்யப் போவதற்காகவே திட்டமிட்டு இருந்த ஜேன் ஸ்டிரீட் நிறுவனம் பெரும் லாபங்களை அள்ளிவிடும்.

இப்படியாக இந்த நிறுவனம், ஜனவரி 2023 முதல் மார்ச் 2025 வரையிலான காலகட்டத்தில், 21 முக்கியமான ஆப்ஷன்ஸ் எக்ஸ்பிரி தினத்தில் அநியாயமாக விளையாடி, ரூபாய் 4,843 கோடி லாபம் பார்த்திருக்கிறது என்று செபி கணக்கிட்டு அந்த நிறுவனத்திற்கு, 21 நாட்களுக்குள் பதில் அளிக்க நோட்டீஸ் அனுப்பியது. உடன் அந்த நிறுவனம் இந்திய பங்குச் சந்தையில் இயங்குவதற்குத் தடையும் விதித்தது.

பிறகு 2025 ஜூலை மாதம் அந்த நிறுவனம், செபியின் அனுமதி இன்றி எடுக்க, பயன்படுத்த முடியாத எஸ்க்ரோ (*escrow*) கணக்கில் ரூ. 4843 பணத்தை டெபாசிட் செய்துவிட்டது. அதனால், அது மீண்டும் டிரேடு செய்ய அனுமதிக்கப்பட்டிருக்கிறது. விசாரணையும், ஆய்வும் தொடர்கிறது. முடிவு எப்படியும் வரலாம்.

ஒரு பெரிய வலுவான நிறுவனமாக இருந்தால் அது எவ்வாறு மொத்த சந்தையையும் ஒரு ஆட்டு ஆட்டிப் பார்க்க முடியும் விலைகளை சேர்க்கையாக மாற்ற முடியும் என்பதற்கு இது ஒரு எடுத்துக்காட்டு.

ஆயிரக்கணக்கான அல்லது லட்சக்கணக்கான சிறு முதலீட்டாளர்களையும் டிரேடர்களையும் இவ்வாறு இந்த நிறுவனம் அதன் மோசடிச் செயல்களால் ஏமாற்றியிருக்கிறது. நட்டப்பட வைத்திருக்கிறது என்பதை நினைத்தால் ஆச்சரியமாக இருக்கிறது. தனி நபர்கள் செய்தால், யாரோ ஒரு பேராசைக்காரன் செய்துவிட்டான் என்று நினைக்கலாம். ஆனால், பலராலும் சேர்ந்து நடத்தப்படும் ஒரு நிறுவனம், லாபம் பெறுவதற்காக இப்படி ஒரு வேலை செய்திருக்கிறது. அது தவறில்லை என்று சப்பைக்கட்டு வேறு கட்டுகிறார்கள்!!

நல்ல வேளை கண்டுபிடித்தார்கள். இப்படி இன்னும் பல வழிகளில் வேறு யார் யார் என்ன செய்துகொண்டிருக்கிறார்களோ!

4] அமெச்சூர் & புரபஷனல் டிரேடர்கள்

'அவர்கள் வயது அப்படி. அவர்கள் புரிந்துகொண்டது அப்படி. என்ன சொன்னாலும், எவ்வளவு சொன்னாலும் சிலர் கேட்க மாட்டார்கள், அவர்களுக்கு டிரேடிங் செய்யப் பிடித்திருக்கிறது. அல்லது அவர்களை டிரேடிங் பிடித்துக்கொண்டிருக்கிறது. அவர்களில் சிலர் அதில் பணம் செய்தாலும் செய்யலாம். என் அனுபவம்தான் அவர்கள் அனுபவமாக இருக்கவேண்டும் என்று என்ன கட்டாயம்?' என்று என்னை நானே கேட்டுக்கொண்டதன் விளைவு, இந்த அத்தியாயம்.

டிரேடு செய்வது என்று முடிவு செய்து விட்டீர்களா? குறைந்தபட்சம் அதை முறையாக ஒரு திட்டத்தோடு ஒழுங்கோடு செய்யுங்கள். பெரும்பாலான நிகரமாக நட்டம் செய்யும் டிரேடர்களின் செய்முறை என்ன?

அமெச்சூர் டிரேடர்கள்

பங்குச்சந்தை வர்த்தகம் தொடங்குகிற நேரம் அவர்கள் கைபேசி வழியாகவோ கணினி வழியாகவோ உள்ளே வந்து ஆராய்வார்கள். அன்று என்ன டிரேடு செய்யலாம் என்பதை அந்தச் சில நிமிடங்களில் முடிவு செய்து ஏதோ ஒன்றை வாங்குவார்கள் அல்லது விற்பார்கள்.

அதிலும் குறிப்பாக முந்தைய நாளோ சமீப காலத்திலோ நல்ல லாபம் செய்திருந்தால், அந்தத் தெம்பில் அதிகம் ஆராயாமல் ஏதாவது சில (ராண்டம்) டிரேடுகள் செய்வார்கள்.

நட்டம் என்று தெரிந்தும் அந்தப் பங்கை விற்காமல் அது சரியாகிவிடும் என்பதற்காகத் தொடர்ந்து காத்திருப்பார்கள்.

ஒரு பங்கில் லாபம் வர ஆரம்பித்த உடனே, அந்தச் சிறிய லாபத்தை தவறவிடாமல் இருப்பதற்காக உடனடியாக விற்று விடுவார்கள்.

நட்டம் வர ஆரம்பித்ததும், அவர்கள் வாங்கி விற்கும் முறைகளைத் தொடர்ந்து மாற்றுவார்கள். மாற்றி மாற்றிப் பார்ப்பார்கள்.

தனக்கு ஏன் ஒரு குறிப்பிட்ட வர்த்தகத்தில் டிரேடில் நட்டம் வந்தது என்பதை ஆராய்ந்து யோசித்துப் பார்க்க மாட்டார்கள். அதிலிருந்து கற்றுக்கொள்ள முனைவதில்லை.

விட்ட பணத்தைப் பிடிப்பதற்காக, அதே பங்கை விலை குறைந்த பிறகு வாங்குவார்கள். அது மேலும் குறைந்தால், மேலும் வாங்குவார்கள்.

ப்ரொபஷனல் டிரேடர்கள்

மாறாக, 'ஒரு முறையோடு' செய்பவர்கள் எப்படிச் செய்வார்கள்? அல்லது செய்யலாம்?

வர்த்தகம் செய்வதற்கு முன்னால் என்ன ஏது எதற்காக என்பது போன்ற சிந்தனைகளின் அடிப்படையில் ஓர் திட்டம் வகுத்துக்கொள்வார்கள்.

எந்த விலைக்கு கீழே போய்விட்டால் விற்றுவிட வேண்டும் என்ற 'ஸ்டாப்லாஸ்' சை முன்பே முடிவு செய்து, அதையும் தொடக்கத்திலேயே போட்டு வைத்து விடுவார்கள்.

அவர்கள் ஸ்டாப் லாஸ் போட்ட விலை வந்தால், பிறகு அதை மாற்றி, குறைத்துப் போட மாட்டார்கள். அந்த அளவு நட்டத்தை ஏற்றுக்கொள்வார்கள். விற்று வெளியேறுவார்கள்.

அதேபோல அவர்களுக்கு லாபம் தரும் வர்த்தகத்தைத் தொடரவிடுவார்கள். இதை ஆங்கிலத்தில் ரன்னிங் தி

பிராஃபிட் என்பார்கள். அவர்களுக்குத் தெரிந்த விதத்தில் கற்றுக் கொண்டிருக்கிற விதத்தில் உயரவேண்டிய அளவு உயர்ந்து விடுகிற பட்சம் மட்டுமே அந்தப் பங்கை விற்று லாபத்தைப் பதிவு செய்வார்கள்.

அவர்கள் வர்த்தகத்திற்கு முன்பு ஏற்படுத்திக் கொண்ட ரூல்ஸ் எனப்படும் வழிமுறைகளைக் கண்டிப்பாகப் பின்பற்றுவார்கள்.

பங்குச் சந்தை வர்த்தக நிறுவனம் கொடுக்கிற காண்ட்ராக்ட் தவிர இவர்களாக தனியாக ஒரு குறிப்பு புத்தகம் வைத்திருப்பார்கள். அதை டிரேடிங் லெட்ஜர் என்று சொல்லலாம். அதில், அவர்கள் வாங்குகிற அளவு விலை நாள் நேரம் போன்றவற்றை குறித்துக் கொள்வதோடு அவர்கள் விற்கிற அளவு விலை நாள் நேரம் போன்றவற்றையும் குறித்துக்கொண்டு, அவ்வப்போது அவற்றை ஆராய்ந்து அவர்கள் செய்கிற முறைகள் எப்படி இருக்கின்றன? போக்கு எப்படி? பேட்டன் என்று புரிந்துகொள்வார்கள். அதிலிருந்து படிப்பினைகளை எடுத்துக்கொள்வார்கள்.

வ. எண்	பங்கு	வாங்கிய விலை		அளவு	விற்ற விலை		அளவு	குறிப்பு

வர்த்தகத்தின்போது உணர்ச்சிவசப்பட மாட்டார்கள். அவசரப்பட்டு விற்கவோ, வாங்கவோ மாட்டார்கள். குறிப்பாக ஏற்கனவே திட்டமிடாத ஒன்றை அவசரகதியில் செய்ய மாட்டார்கள்.

நீங்கள் அமெச்சூர் டிரேடரா? அல்லது புரபஷனல் டிரேடரா?

4. a) தெரிந்தவர்களிடம் கற்றுக்கொண்டு...

ஒருவருக்கு உடம்பு சரியில்லை என்றால் மருத்துவரிடம் போகிறார். கை வைத்தியமே சிலவற்றுக்குப் போதும் என்று நினைப்பவர்கள் கூட, தொடர்ந்து தலை வலிப்பது, வயிறு வலிப்பது போன்ற சிரமங்களுக்கு முறையாக மருத்துவம் படித்தவரிடம் தானே போவார்கள்.

பெரிய போட்டிகளில் கலந்துகொண்டு வெற்றிபெற விரும்புபவர்களுக்கு பயிற்சியாளர்கள் இருக்கிறார்கள். சச்சின் டெண்டுல்கர், விராட் கோலி போன்ற உலகின் தலைசிறந்த கிரிக்கெட் ஆட்டக்காரர்களுக்குக் கூட வேறு சிலவற்றைச் சொல்லித் தருகிற பயிற்சியாளர் என்கிற 'கோச்'கள் உண்டு.

பெரும் சிந்தனையாளர்ளும் சின்ன வயதில் பள்ளிக்குச் சென்றார்கள், கல்லூரிக்குச் சென்றார்கள். அங்கே அவர்களுக்குச் சொல்லிக்கொடுப்பதற்கு ஆசிரியர்கள் இருந்தார்கள். வரி கட்டுவது கணக்கு தாக்கல் செய்வது போன்றவற்றிற்கு தணிக்கையாளர் என்கிற ஆடிட்டரிடம் போகிறோம். வழக்குகள் தொடர்பாக சிக்கல் ஏதும் ஏற்பட்டால் தேவை ஏற்பட்டால், தாங்களே தங்கள் வழக்கை நேரடியாக நீதிமன்றங்களில் எடுத்துச் சொல்லலாம். நீதி கேட்கலாம் என்று இருந்தாலும்கூட, அதற்காக நல்ல வழக்கறிஞர்களைத் தேடுகிறோம். அவர்கள் உதவியை நாடுகிறோம்.

அதுபோன்றதுதானே பணத்தை நிர்வாகம் செய்வதும்! அதற்கு என்று சில வழிமுறைகள் இருக்கலாம். அதற்கு என்று சில

தொழில்முறை ஆலோசகர்கள் இருக்கிறார்கள். அவை குறித்துப் படித்திருக்கிறார்கள். பலருடைய கணக்குகளைப் பார்த்த அனுபவம் பெற்று இருக்கிறார்கள்.

ப்ரொபஷனல் மேனேஜர்களால் கிடைக்கும் நன்மை

பரஸ்பர நிதிகளை நிர்வகிப்பவர்கள் அதாவது, மியூட்சுவல் ஃபண்ட் மேனேஜர் மற்றும் போர்ட்போலியோ மேனேஜ்மென்ட் (பி எம் எஸ்) நிர்வாகம் செய்யும் மேனேஜர்கள் ஆகியோரை பங்குகள் வாங்கி விற்பது என்கிற கோணத்தில் அவர்களைப் 'ப்ரொபஷனல் மேனேஜர்'கள் என்று எடுத்துக்கொள்ளலாம்.

'ப்ரொபஷனல் மேனேஜர்' என்று அழைக்கப்படும் தொழில் முறை மேலாளர்கள் எப்படி நடந்துகொள்வார்கள்? அவர்களின் பொதுவான குணாதிசயங்கள் என்ன? அதனால் முதலீட்டாளருக்கு என்ன பயன்?

அ) முழு நேரம் - ஃபுல் டைம்

பரஸ்பர நிதியின் ஃபண்ட் மேனேஜர்களுக்கு மிகப்பெரிய ஊதியங்கள் கொடுக்கப்படுகின்றன. ஆண்டுக்கு பத்து பன்னிரண்டு லட்சங்கள் முதல் ஒன்றரை கோடி ரூபாய் வாங்குகிற ஃபண்ட் மேனேஜர்கள் கூட உண்டு. இதுக்கு மேல் வாங்குகிறவர்களும் இருக்கிறார்கள்.

ஊதியங்கள் அவர்கள் நிர்வாகம் செய்கிற நிதியத்தின் தொகையை பொறுத்தது மற்றும் மேனேஜரின் கல்வித் தகுதி அனுபவம் போன்றவற்றையும் பொறுத்தது. அவை தவிர அவர்களுக்கு 'பெர்ஃபார்மன்ஸ் போனஸ்' என்கிற லாபத்தில் பங்கும் உண்டு.

பங்குச்சந்தை கண்காணிப்பு ஆணையமான செபியின் வழிகாட்டுதல்களின்படி பரஸ்பர நிதிகளை நிர்வாகம் செய்கிற ஃபண்ட் மேனேஜர்களுக்கு வழங்கப்படுகிற ஆண்டு ஊதியத்தில் குறைந்தபட்சம் 20 சதவீதம் அவர்களுக்கு அந்த நிதியத்தின் யூனிட்டுகளாக இருக்க வேண்டும் என்பது.

இப்படிப்பட்ட சம்பளம் தருகிற சுவாரசியமான வேலையை செய்பவர்கள் வேறு எதுவும் செய்வார்களா? மாட்டார்கள்.

அவர்கள் முழு நேரம் இதைத்தான் செய்வார்கள். தவிர, அவர்களது அந்த வேலையைத் தக்க வைத்துக் கொள்வதற்காகவும், அவர்களுக்கு அவர்களது ஊதியத்தின் ஒரு கட்டாயப் பகுதியாகக் கிடைக்கும் (20%) அவர்கள் நிர்வாகம் செய்யும் நிதியின் யூனிட் சந்தை மதிப்பு உயர்வதற்காகவும் நன்கு வேலை செய்வார்கள்

எனவே ஒரு முழு நேர வேலையாகப் பார்ப்பது என்பது பங்குச்சந்தைக்கு அவசியமானது. அப்படி இல்லாமல் பகுதி நேரமாக நேரம் கிடைக்கிற போது, தனக்கு பொழுதுபோகாத போது அல்லது வேறு ஏதோ பிரச்சினையில் வருகிற, வாய்ப்புகள் வருகிற நேரங்களில் மட்டும் பங்குச்சந்தைக்கு வருகிறவர்களால், முழுநேரம் வேலை செய்பவர்களைப் போல சரியாக செய்ய இயலாது.

நாம் என்ன அப்படிப்பட்ட ஃபண்ட் மேனேஜர் வேலைக்கா போகப் போகிறோம்? நாம் ஒரு சாதாரண முதலீட்டாளர் அல்லது ட்ரேடர் தானே என்று நினைப்பவர்களுக்கு நான் சொல்ல விரும்புவது, 'நீங்கள் பங்குச்சந்தைக்குள் வருகிறீர்கள். அதில் லாபம் பார்க்க நினைத்தால் நீங்கள் இதற்காக முழு நேரமும் செலவழிப்பது பலன் தரும் என்பதுதான்.

கடந்த சில ஆண்டுகளாகவே இந்தியாவில் பங்குச் சந்தைகள் தொடர்ந்து உயர்ந்துகொண்டிருக்கின்றன. அதன் காரணமாக இவற்றை முழு நேரமாக எடுத்துச் செய்பவருடைய எண்ணிக்கை அதிகரித்து இருக்கிறது. அவர்களுக்கு பெயர், ஹோம் ஆபீஸ் டிரேடர்ஸ்.

ஹோம் ஆபீஸ் டிரேடர்ஸ்

முழு நேரமும்

சிலர், அவர்கள் வீடுகளில் இதற்கெனத் தனி இடம் (ஹோம் ஆபீஸ்) உருவாக்கி, அங்கே அவர்கள் ஒரு நிறுவனப் பணியாளரைப் போல, தினசரி பங்குகள் வாங்குவது, விற்பது, அவற்றைப் பற்றி ஆராய்வது போன்ற வேலைகளைச் செய்கிறார்கள்.

இதற்காக மட்டும்.

ஒரு தொழில் முறை மேனேஜர் என்பவர் வேறு தொழில் வியாபாரம் ஆர்வங்கள் இல்லாதவராக, ஒன்றை மட்டுமே செய்பவராக இருப்பார். அல்லது இதற்காக அவரது பெரும்பாலான நேரத்தையும் உழைப்பையும் செலவு செய்வார். அதனால், அவர் தவற விடுகிற தகவல்கள், அவ்வப்போது வந்து போகிற வேறு வேலைகள் செய்துகொண்டே பகுதி நேரமாக பங்குகள் வாங்கி விற்பவர்களை விடக் குறைவாக இருக்கும்.

செய்ய வேண்டிய முறையில்

வாங்குகிற ஆர்டர் போட்டால், அந்தப் பங்கு வாங்கப்பட்டு விட்டால், அதற்குப் பிறகு அதற்கு என்ன ஸ்டாப் லாஸ் போட வேண்டுமோ அதை அப்போதே போட்டு விடுவது. போட்ட ஸ்டாப் லாஸை மாற்றாமல் இருப்பது. அல்லது எங்கிருந்து பரிந்துரை வருகிறது? அவர்கள் சொல்வது போல மட்டும் ஸ்டாப் லாஸ் மாற்றுவது என்பது போல, டிரேடிங்கிற்கும், இன்வெஸ்ட்மெண்ட்டுக்கும் பல்வேறு வழிமுறைகள் தேவைப்படும். ஒரு சாதாரண டிரேடர் அல்லது முதலீட்டாளரைக் காட்டிலும் தொழில் முறை முதலீட்டாளர்கள் இப்படிப்பட்ட வழிமுறைகளை தெரிந்து வைத்திருப்பார்கள் அல்லது அவர்களுக்கு கற்றுக் கொடுக்கப்பட்டு இருக்கும்.

டிசிப்ளின்- சிறிய பெரிய தவறுகள் இல்லாமல்

எந்த ஒரு வேலையை நிர்வாகம் செய்வதற்கும் இப்படித்தான்; அப்படி அல்ல என்பது போன்ற வழிமுறைகளைப் பின்பற்ற வேண்டியது இருக்கும். வாடிக்கையாளர்களை ஏமாற்றாமல் இருப்பது தனக்குத் தெரிந்த தகவல்களை சரியாகத் தெரிவிப்பது குறுக்கு வழிகளில் பணம் ஈட்ட முயலாமல் இருப்பது போன்றவை அவற்றில் சில.

தொழில்முறை மேலாளர்கள் இதைக் கொண்டு இருப்பார்கள்.

உணர்ச்சிவசப்படாமல்

எந்த ஒரு செய்திக்கும் பங்குச் சந்தை உடனடியாக மறுவினையாற்றும்.

அந்தச் செய்தியை முழுவதாகப் புரிந்துகொள்ளாமலே உடனடியாக பலரும் விற்பார்கள் அல்லது வாங்குவார்கள். செய்தியைப் புரிந்துகொண்ட பிறகு முன்னர் செய்ததை மாற்றி செய்வார்கள் இப்படி செய்வதால் அவர்களுக்கு விலைகளில் நட்டம் வரலாம் தவிர தேவையில்லாமல் ஒரே நாளில் ஒரு கூடுதல் வாங்குதலும் விற்றலும் செய்து அதற்கான செலவுகளையும் அவர்கள் ஏற்க வேண்டியது வரும்.

2024 ஆம் ஆண்டு திடீரென ஒரு நாள் மீண்டும் ஒருமுறை அமெரிக்காவில் ஒரு பெரிய கட்டடம் தீவிரவாதிகளால் தாக்கப்பட்டதாக ஒரு படம் சமூக ஊடகங்களில் வந்து உடனடியாக அமெரிக்க பங்குச் சந்தைகள் கடுமையாக வீழ்ச்சி அடைந்தன. அந்த வீழ்ச்சியைக் கண்டு பயந்து பல முதலீட்டாளர்கள் அவர்கள் வாங்கி வைத்திருந்ததை விட்டார்கள். ட்ரீடர்கள் ஷார்ட் போனார்கள்.

அதன்பிறகு 5, 10 நிமிடங்களில் அந்தப் படம் ஒரு போலியான படம் அது செயற்கை நுண்ணறிவு(AI) மூலமாக உருவாக்கப்பட்ட ஒரு படம் என்பது கண்டுபிடிக்கப்பட்ட தகவலும் பரவியது. அதனால் உடனடியாக வீழ்ந்த பங்குச் சந்தை மீண்டும் உயர ஆரம்பித்தது. ஏற்கனவே கையில் இருந்தது பயந்து போய் விற்றவர்கள் மீண்டும் வாங்குவதற்கு யோசித்தார்கள். அதற்கு முன்னர் விலைகள் கடுமையாக உயர்ந்து விட்டன.

சொந்த பணத்திற்கு செய்பவர்களுக்கு இப்படிப்பட்ட மன ஊசலாட்டங்கள் வரும்! ஐயோ! பணம் போய்விட்டதே அல்லது அய்யோ! வாய்ப்பை விட்டு விட்டோமே! என்பது போல உணர்ச்சிவசப்படுவார்கள். தவறான முடிவுகள் எடுப்பார்கள். நடப்படுவார்கள். ஆனால் தொழில்முறை மேலாளர்கள் வந்த செய்திகளை ஆராய்வார்கள். அதற்கு ஏற்ப மட்டுமே நடவடிக்கைகள் எடுப்பார்கள் அது அவர்களுடைய பணம் இல்லை என்பதால் அவர்கள் அதிகம் உணர்ச்சிவசப்பட மாட்டார்கள் என்பது உண்மைதான் என்றாலும் அதற்கு மேலாக அவர்கள் அப்படி உணர்ச்சிவசப்படக் கூடாது என்று கற்றுக் கொடுக்கப்பட்டிருப்பார்கள்.

ஒட்டுமொத்த நலனை மனதில் கொண்டு.

ஒரு பங்கை வாங்குவதும் விற்பதும் அந்த வர்த்தகம் தரக்கூடிய லாபம் அல்லது நட்டத்தை மட்டும் பொறுத்ததாக இருக்கக் கூடாது. ஒட்டுமொத்தமாக ஒருவரிடம் இருக்கிற ஃபுட்போலியோவில் அதனால் என்ன மாற்றம் வருகிறது அல்லது அவருடைய ஓராண்டு வர்த்தகத்தில் எப்படிப்பட்ட தாக்கத்தை கொடுக்கிறது என்பது போன்ற பல்வேறு ஒட்டுமொத்த பார்வை, 'பிக் பிக்சர்' ஆகியவற்றை வைத்து முடிவு செய்யவேண்டும். தொழில்முறை மேலாளர்கள் நடந்து கொள்வார்கள் அதுவும் முதலீட்டாளருக்கு லாபம்.

4. b) மதிப்பை உணர்ந்து...

பங்குச் சந்தை என்பது மிகவும் ஜனநாயகமானது. ஜனநாயகமானது என்று சொல்லுகிற போது அது தமிழ் வார்த்தை இல்லை என்பது புரிகிறது. ஆனால், என் கூட அதேபோன்ற உணர்வு தருகிற பொருத்தமான தமிழ் சொல் தெரியவில்லை.

ஜனநாயகமானது என்றால் இந்தியர்கள் அல்லது வெளிநாடு வாழ் இந்தியர்கள் (URI) எவரும் இந்திய பங்கு சந்தையில் எந்தப் பங்கையும் வாங்கலாம், விற்கலாம். முதலீடு செய்யலாம், வர்த்தகம் செய்யலாம். அதற்கு உரிமை இருக்கிறது. வாய்ப்பு கொடுக்கப்பட்டிருக்கிறது. குழந்தைகள் பெயரிலும் வாங்கலாம். அதற்கு காப்பாளர் (கார்டியன்) நியமிக்க வேண்டும் அவ்வளவுதான்.

இந்தியர்களுக்கு இவ்வளவுதான் வாங்க வேண்டும் என்பது போன்ற அளவுகள் இல்லை. இத்தனை முறைதான் வாங்க வேண்டும் என்கிற கட்டாயங்களோ, கட்டுப்பாடுகளோ கிடையாது. வாங்கியதை விற்கவோ வைத்துக் கொள்ளவோ இரண்டுக்கும் உரிமை உண்டு.

பங்குகள் வாங்குவதற்கான கட்டணங்கள் மிகக் குறைவு. ஏற்கனவே பார்த்தது போல, பல்வேறு தரகு நிறுவனங்களில் வாங்கி வைத்துக்கொள்ளும் 'டெலிவரி'க்கு தரகுக் கட்டணம் கிடையாது. அரசுக்கு கட்ட வேண்டிய வரிகள் மட்டும் தான்.

வாங்குவதும் விற்பதும் எளிது. தரகு நிறுவனங்களுக்கு நேரடியாகப் போக வேண்டிய அவசியம் இல்லை. தொலைபேசியில்,

அலைபேசியில் என்ன செய்ய வேண்டும் என்று தரகருக்குச் சொன்னால் போதும். அல்லது திறன்மிகு அலைபேசி அல்லது மடிக்கணினி அல்லது கணினியில் இருந்து அவரே வாங்கலாம், விற்கலாம்.

வாங்கிய பங்குகள் மாற்றமில்லாமல் ஒரே நாளில் வாங்குபவருடைய டிமேட் கணக்கிற்கு வந்துவிடும். விற்றதற்கு பணம் அதன் போக்கில் விற்றவருடைய வங்கிக் கணக்கிற்கு வந்துவிடும்.

தேர்வு செய்து வாங்குவதற்கு 4,000 அதிகமான நிறுவனங்களின் பங்குகள் இருக்கின்றன. அந்த நிறுவனங்களுடைய செயல்பாடுகளை பொதுவெளியில் இருந்தே தெரிந்துகொள்ள முடியும் இதற்கு உதவுவதற்கு பல்வேறு ஊடகங்களும் இருக்கின்றன. தவிர பலரும் ஆராய்ந்து இவற்றை வாங்கலாம் விற்கலாம் என்பது போன்ற பரிந்துரைகள் சொல்லிக்கொண்டிருக்கிறார்கள் அவை இலவசமாகவும் கிடைக்கின்றன கூடுதல் தகவல்கள் விலைக்கும் கிடைக்கின்றன.

வாங்கிய பங்குகளைப் பாதுகாப்பதற்கு என்று எந்த தனி முயற்சியும் எடுக்கத் தேவையில்லை. அவற்றுக்கான சூழல் அமைப்புகள், 'ஈக்கோ சிஸ்டம்' இந்தியாவில் சிறப்பாக இருக்கிறது.

எந்தப் பங்குகளை வாங்க வேண்டும் என்கிற தேர்வு செய்ய இயலாதவர்களுக்காகவே பரஸ்பர நிதிகள் உருவாக்கப்பட்டிருக்கின்றன. அவற்றிலும் பல்வேறு வகைகள் இருக்கின்றன. கணிசமான சம்பளத்திற்கு வேலைக்கு அமர்த்தப்பட்டு இருக்கும் அது தொடர்பான வல்லுநர்கள் பங்கு தேர்வுகளையும் அவற்றை வாங்கும் விற்கும் நேரங்களையும் முடிவு செய்து முதலீட்டாளர்களுக்கு லாபம் செய்து கொடுக்க முயற்சிக்கிறார்கள்.

பரஸ்பர நதிகள்தான். ஆனால் கூட அவற்றை எப்போது வாங்க வேண்டும் என்று என்னால் முடிவு செய்ய இயலவில்லை என்று தயங்குபவர்களுக்காக சிஸ்டமேட்டிக் இன்வெஸ்ட்மென்ட் பிளான் என்கிற SIR திட்டம் தேர்வு செய்து, அதற்கான ஆணையை வங்கி கணக்கிற்கு கொடுத்து விட்டால் தேர்ந்தெடுக்கப்பட்ட பரஸ்பர நிதியை வாரத்துக்கு ஒரு முறை அல்லது மாதத்திற்கு ஒருமுறை என்பது போல குறிப்பிட்ட இடைவெளியில் தொடர்ந்து வாங்கிக்

கொண்டே இருக்கக்கூடிய வாய்ப்பு கொடுக்கப்பட்டிருக்கிறது.

இப்படிப்பட்ட வாய்ப்பான பங்குச்சந்தையை சரியாகப் புரிந்து கொண்ட பலரும் தொடர்ந்து பல ஆண்டுகளாக கணிசமான லாபம் செய்து கொண்டிருக்கிறார்கள் செல்வம் சேர்த்துக் கொண்டிருக்கிறார்கள். பெற்றோர் காலத்தில் வாங்கிய பங்குகள் பெற்றோருக்கு பெற்றோர் காலத்தில் வாங்கிய பங்குகளை கூட வைத்திருப்பவர்கள் உண்டு. அதே பங்குச் சந்தை பற்றி தெரிந்து கொண்ட வேறு சிலர் அதில் இருக்கும் மற்றொரு வாய்ப்பான எப்போதும் வேண்டுமானாலும் வாங்கலாம் எவ்வளவு வேண்டுமானாலும் வாங்கலாம் உடனே கூட விற்கலாம் சில நாட்களில் விற்கலாம், வாங்கி விற்பதிலேயே பெரும் லாபம் பார்க்கலாம் என்ற ஒரு பகுதியை மட்டும் மனதில் வைத்துக்கொண்டு, டிரேடிங் என்ற அந்த முறையையே தொடர்ந்து பங்குச்சந்தையில் செய்து வருகிறார்கள்.

சரியாக தேர்வு செய்து நீண்ட காலத்திற்கு என வைத்து வைக்கிற பங்குகளில் பெரும்பாலான பங்குகள் இல்லாவிட்டாலும், பாதிக்கும் அதிகமான பங்குகள் நிச்சய இலாபத்தை தருகின்றன. தேர்வு செய்தவற்றில் சில பங்குகள் நட்டம் கொடுத்தாலும், அதையும் தாண்டி லாபம் கொடுக்கும் பங்குகளின் ஆதாயம் அதிகம் இருக்கிறது.

ஆனால் பத்து முறை டிரேடு செய்தால் அவற்றில் இரண்டு முறை மூன்று முறை மட்டுமே லாபம் பார்க்கிறவர்கள் மற்ற ஏழு அல்லது எட்டு டிரேடுகளில் பணத்தை இழக்கிறார்கள். ஆனாலும் விட்டதை பிடித்து விடலாம், இன்னும் ஒரு முறை, இன்னும் ஒரு முறை முயற்சிக்கலாம். ஓரே முறையில் விட்ட அனைத்தையும் மீட்டு விடலாம் என்பது போன்ற மாயையில், வேறு இடங்களில் சம்பாதிக்கிற பணத்தை இங்கே இழக்கிறார்கள்.

இப்படி செய்கிற பலரையும் கேட்டால், அவர்கள், அவர்களை, முதலீட்டாளர்கள் என்றுதான் சொல்வார்கள். டிரேடர்கள் என்று சொல்லிக்கொள்ளமாட்டார்கள். ஆனால், அவர்கள் செய்வது வாங்கிய பங்கை வைத்துக் கொள்ளாமல் உடனடியாக விற்று விடுவது. மீண்டும் அதே பங்குகளை வாங்குவது. அல்லது வேறு பங்குகளை வாங்கி முன் போலவே அவசரப்பட்டு விற்பது.

ஒரு பங்கை வாங்குவதற்கு தேர்வு செய்கிற போது அதனுடைய பண்டமெண்டல் என்று சொல்லப்படுகிற நிறுவனத்தின் வியாபார வாய்ப்புகள் செயல்பாடுகள் லாபம் ஈட்டும் திறன் கிடைக்கிற லாபம் ஆகியவற்றைப் பார்த்துதான் வாங்க முடிவு செய்ய வேண்டும்.

அப்படிப்பட்ட ஒரு வாய்ப்பை பார்த்த பிறகு அந்த பங்கை வாங்கினால் அதை எதற்கு மிக சிறிய லாபங்களுக்கு விற்க வேண்டும்? அப்படி தேர்வு செய்து வாங்கிய பிறகு தற்செயலாக அவற்றினுடைய விலைகள் இறங்கினால் எதற்காக உடனடியாக விற்று வெளியேற வேண்டும்? அவர்களுக்கு சந்தை மீது நம்பிக்கை இல்லையா அல்லது அவர்கள் தேர்வு மீது நம்பிக்கை இல்லையா? அவ்வளவு மேலோட்டமாகவா தேர்வு செய்தார்கள்?

சில பல ஆண்டுகளாக பங்குச்சந்தையில் இயங்கிவரும் பலரை எனக்குத் தெரியும். என்னுடைய நண்பர்கள் வட்டம் உறவினர்கள் வட்டம் மற்றும் நான் பேசும் கூட்டங்களில் என்னை சந்திக்கிற என் வாசகர்கள் பலரும் என்னிடம் பகிர்ந்து கொண்ட தகவல்களின்படி, பெரும்பாலானவர்கள் மிக நல்ல பங்குகளை சொற்பமான லாபத்திற்கு விற்றுவிட்டு வருத்தப்பட்டுக் கொண்டிருக்கிறார்கள்.

இரண்டு டாக்டரேட் வாங்கிய ஒரு இன்ஜினீயர் அவர். சென்னை ஐஐடியில் படித்தவர். 2025 டிசம்பர் மாதம் பத்து ரூபாய் முகமதிப்புள்ள எம் ஆர் எப் பங்கை அவர் ஆயிரம் ரூபாய்க்கும் குறைவான விலையில் 200 வாங்கி இருக்கிறார். பிறகு சில ஆயிரம் ரூபாய்கள் லாபத்திற்கு விற்றுவிட்டார். 2025ல் அதன் விலை, பங்கு ஒன்றுக்கு ரூ.1,40,000.

இப்படியாக எச்டிஎப்சி வங்கி, இன்ஃபோசிஸ் போன்ற ப்ளூசிப் பங்குகளை ஐ பி ஓ வில் 'அலாட்மெண்ட்' பெற்றவர்கள், பிறகு பங்குச்சந்தையில் வாங்கியவர்கள் என எத்தனையோ நபர்கள். நல்ல பங்குகளை வாங்கிவிட்டு, அதிக காலம் வைத்திருக்காமல் சிறிய லாபங்களுக்கு உடனடியாக விற்றிருக்கிறார்கள். அந்த வருத்தத்தை இன்னும் சுமந்துகொண்டிருக்கிறார்கள்.

ஏன் சிலர் இப்படி விற்றுவிடுகிறார்கள்?

சிலருடைய பிரச்சனை என்பது அவர்களுக்கு எப்போதும் ஏதாவது

வாங்கிக்கொண்டே இருக்க வேண்டும். தவிர அவர்களுக்கு எப்போதும் சந்தையில் வாங்குவதற்கு புதிய நல்ல வாய்ப்புள்ள பங்குகள் கண்ணில் பட்டுக்கொண்டே இருக்கும். அந்த நிலையில் அவர்கள் என்ன செய்வது? கையில் உள்ள ஓரளவு லாபம் வந்திருக்கிற பங்குகளை, இன்னுமா ஏறும்? என்ற நினைப்பில் விற்றுவிடுவார்கள். அந்தப் பணத்தில் மற்றொரு பங்கை வாங்க போய்விடுவார்கள்.

வேறு சிலருக்கு ஒரு பங்கு விலை உயர்ந்தாலும், அதற்குப் பிறகு சற்று இறங்கினாலும் பொறுக்காது. ஏற்கனவே திரையில் பார்த்த லாபத்தைத் தவற விட்டு விட்டதாக வருந்துவார்கள். அதனால் முன்பு பார்த்த விலை வராதா என்று காத்திருப்பார்கள். வந்தவுடன் விற்றுவிடுவார்கள்.

இன்னும் சிலருக்கு அவர்கள் வாங்கிய பங்கின் விலைகள் லாபத்தில் இருந்தாலும் கூட ஓரிரு நாட்களுக்கு விலை இறங்கினால் பொறுக்காது. பங்குச்சந்தை என்பது பல்லாயிரம் அல்ல, பல லட்சம் நபர்கள் வர்த்தகம் நடத்துகிற, நாள்தோறும் வாங்குவதும் விற்பதும் செய்துகொண்டிருக்கிற இடம். பலரும் வெவ்வேறு விலைகளில் வாங்கி இருப்பார்கள். வெவ்வேறு விலைகளில் விற்க நினைப்பார்கள். அதன் காரணமாக நான்கு நாட்கள் உயர்ந்தால், இரண்டு நாட்கள் இறங்கும். மீண்டும் நான்கு நாட்கள் உயரும்.

ஏதாவது மிக வலுவான செய்தி உள்ள பங்குகள் மட்டுமே தொடர்ந்து ‘அப்பர் சர்க்யூட்’ என்கிற முறையில் இறங்காமல் ஏறிக்கொண்டே போகும். மற்றபடி எல்லா நல்ல பங்குகளும் எல்லா நல்ல செய்திகளுக்கும் தொடர்ந்து எல்லா நாட்களும் விலை உயர்ந்துகொண்டே போகாது. இடையில் சில நாட்களில் விலை இறங்கத்தான் செய்யும்.

கீழே இருக்கிற எம் ஆர் எப் பங்கு 5 ஆண்டுகள் விலை நகர்வு ‘சார்ட்’டைப் பாருங்கள். 2021ல் விலை 81,000. 2025 டிசம்பரில் விலை 1,53,000. 5 ஆண்டுகளில் இரண்டு மடங்கு விலை உயர்வு. ஆனால், அந்தப் பங்கின் விலை ஒவ்வொரு நாளும் தொடர்ந்து ஏறிக்கொண்டேவா போயிருக்கிறது? இடையில் இறங்கியிருக்க வில்லையா?

எம் ஆர் எப் பங்கு விலை சார்ட்

தொடர்ந்து ஓடிக்கொண்டே இருக்கிற பேருந்து, ஏதாவது சில நிறுத்தங்களில் நின்றால், நிற்கிறது என்பதற்காக, பேருந்திலிருந்து இறங்கி ஓடிவிடுவதா? வேறு பேருந்து தேடுவதா?

அப்படிப்பட்ட தேர்வுகள் சரி வராது. ஒருவருக்கு அப்படிப்பட்ட நல்ல தகவல்கள் தாமதமாகத் தெரியவந்தால், அவருக்குத் தெரிய வருவதற்கு முன் சந்தையில் அந்தக் குறிப்பிட்ட பங்கின் விலை கணிசமாக உயர்ந்துவிட்டிருந்தால், அந்தப் பங்கைத் தவிர்ப்பது தான் சரி. பலரும் வாங்கி, அந்த பங்கின் விலையை உயர்த்திய பிறகு, இறுதியாக நுழைபவருக்கு மேலும் விலை உயர்ந்து லாபம் கிடைக்கும் வாய்ப்பு இருக்காது.

சுழற்சி முறையில் பங்குச் சந்தையிலும் சரிவு காலம் வரும். அப்படியும் நேர்ந்தால் அதன் பிறகு சில, பல ஆண்டுகளுக்கு பங்குகள் விலை உயராது. அப்படிப்பட்ட 'பேர் ஃபேஸ்' *(Bear phase)* குறித்து இப்போது புதிதாக பங்குச்சந்தைக்கு வந்திருக்கிற மக்களுக்குத் தெரியாது. அந்த அனுபவம் இருக்காது.

தொடர்ந்து பங்குச் சந்தை உயரும்போது, 'ஆஹா! இனி விலைகள் இறங்கவே இறங்காது' என்கிற மனநிலைக்கு பெரும்பாலானவர்கள் போய்விடுவார்கள். அதனால் தொடர்ந்து வாங்கிக்கொண்டே இருப்பார்கள். அதனால் பங்குகளுக்கு என்ன விலை தகுமோ அதையும் தாண்டி விலைகள் உயரும். அதாவது அவை 'ஸ்டிரெச்சுடு வேல்யுவேஷனுக்குப் போய்விடும்.

ஒரு கட்டத்தில் தாங்க முடியாமல், மொத்த சந்தையே சரியும். நல்ல நிறுவனங்களின் பங்குகள், சரியில்லாத பங்குகள் என்று வேறுபாடு இல்லாமல் எல்லா பங்குகளின் விலைகளும் தலைகுப்புற விழும்.

ஆனால், அப்படிப்பட்ட சரிவு காலம் தொடங்குகிறபோது, மக்களால் அப்படி அது கணிக்கப்படாது. அதற்கு முன்னர் விழுந்தது போலவே இந்த முறையும் விழுந்தது. முன்பு போல மீண்டும் எழுந்துவிடும் என்று நினைப்பார்கள். அடுத்தடுத்த அடிகள் பலமாக விழுகிற பொழுது பங்குகளை முதலீட்டுக்கு என்று வாங்கியவர்களால் காத்திருக்க இயலும். ஆனால் குறுகிய காலத்தில் விற்றுவிட்டு வெளியேறி விடலாம் என்று பெரும் பணத்தை வைத்து டிரேட் செய்தவர்களால் நட்டத்துக்கு விற்க முடியாது. காரணம், மனது அவ்வளவு பெரிய நட்டத்தை ஏற்காது, பொறுத்திருக்கலாம் என்று தோன்றும். பொறுத்திருக்க, பொறுத்திருக்க நாட்டம் அதிகமாகும்., பிறகு ஒரு கட்டத்தில், வெறுத்துப்போய் விற்பார்கள். அதை 'டிஸ்டிரஸ் செல்லிங்' என்று சொல்வார்கள்.

5. பரிந்துரைகள் மற்றும் ஆலோசனைகள்.

ஒரு வேலை போல டிரேடிங்

அது ஒரு ப்ரொபஷனல் படிப்பு படிக்கிற கல்லூரி மாணவர்கள் கலந்துகொண்ட கூட்டம். பங்குச்சந்தையில் முதலீடு செய்து செல்வம் சேர்ப்பது குறித்த என் பேச்சு முடிந்தது. அதற்குப் பிறகு என்னிடம் சிலர் பேசினார்கள்.

மற்றவர்கள் பேசி முடித்துப் போவதற்காக மூன்று மாணவர்கள் காத்திருந்தார்கள். பிறகு என்னிடம் வந்தார்கள்.

“சார் நீங்க டிரேடிங் வேண்டாம். முதலீடுதான் நல்லது என்று சொன்னீர்கள். டிரேடிங்கை ஒரு டிசிபிளினோடு செய்யலாம் அல்லவா? அப்படி செய்து லாபம் செய்யலாம்தானே!

“டிசிப்ளின் என்று எதைச் சொல்கிறீர்கள்?” என்று கேட்டேன்

“ஒரு நாளைக்கு 5%, 10% லாபம் வந்தவுடன் டிரேடிங்கை நிறுத்திக்கொண்டு விடுவது. அப்படி செய்து லாபம் செய்துவிட முடியும் அல்லவா?”

அவர்களை சற்று நேரம் பார்த்தேன். “சரி. நான் உங்களை சில கேள்விகள் கேட்கிறேன். அதற்கு பதில் சொல்லுங்கள்” என்றேன். தொடர்ந்து,

“நீங்கள் சொல்கிற ஒரு நாளைக்கு ஐந்து முதல் பத்து சதவீதம் லாபம் வந்தவுடன் நிறுத்திக்கொண்டு விடுவதுதான் டிசிப்ளின் என்று சொல்கிறீர்கள். நீங்கள் அப்படிச் சொல்வதில் சில அனுமானங்கள் இருக்கின்றன. அந்த அனுமானங்கள் சரிதானா என்று பார்ப்போம்.”

“அசம்ஷன்ஸ் ஐ வேலிடேட் செய்யவேண்டும் என்கிறீர்கள். சரிதானே?”

“ஆம்”

“அதில என்ன அசெம்ஷன்ஸ் என்ற அனுமானங்கள் இருக்கிறதென்று சொல்லுங்க சார்.”

“நீங்கள் செய்கிற எல்லா டிரேடுகளிலும் உங்களுக்கு லாபம் தான் வரும் என்பது உங்களுடைய அனுமானங்களில் ஒன்று,”

“அப்படியா சார்?” அவர்கள் முகங்களில் வியப்பு.

“பிறகு? நீங்கள் ஐந்து முதல் பத்து சதவீதம் வரை லாபம் வந்தவுடன் நிறுத்திக் கொள்வேன் என்றால், அவ்வளவு லாபம் வர வேண்டும் அல்லவா? அதாவது எல்லா டிரேட்களிலும் லாபம் மட்டும் வரவேண்டும்.”

பேசாமல் கேட்டுக்கொண்டிருந்தார்கள்.

“உங்களுக்கு ஆரம்ப டிரேடுகளில் நட்டம் வந்தால், நீங்கள் டிர்ரெட் செய்வதை நிறுத்த முடியாது. ஒரு நாளில் 5 முதல் 10 % பணம் எடுக்கவேண்டும் என்பதால், லாபம் வரும் வரை டிரேடு செய்ய வேண்டும். அதனால், நட்டங்கள் தாண்டி, ஐந்து, பத்து சதவீதம் லாபம் வரும்வரை டிரேடை நிறுத்த முடியாது. இதில் என்ன அனுமானம் என்றால், ஓரளவு நஷ்டம் வந்த பிறகு உங்களுக்கு லாபம் வர ஆரம்பித்துவிடும் என்று நினைக்கிறீர்கள்.”

அவர்கள் எதுவும் பேசவில்லை.

“இதையும் நான் ஏன் அனுமானம் என்று சொல்கிறேன் என்றால், பங்குச்சந்தையில் இப்படித்தான் நடக்கும் என்று சொல்ல முடியாது. எந்த டிரேடரும் நட்டப்படாமல் டிரேடு செய்ய முடியாது. காரணம், எவரும் டிரேடுகளுக்கு ஸ்டாப் லாஸ் போட

வேண்டும். ஸ்டாப்லாஸ் என்பதே எவ்வளவுக்கு மேல் நட்டம் போகக்கூடாது, எந்த அளவோடு நிற்க வேண்டும் என்பதுதான்.

இப்படியாக நீங்கள் மாதத்தில் இருக்கிற அத்தனை வர்த்தக நாட்களிலும் பங்குச் சந்தையில் செய்கிற எல்லா டிரேடுகளிலும் லாபம் செய்ய வேண்டும். அதற்குப் பிறகு நீங்கள் குறிப்பிட்ட நேரத்தில் ஒவ்வொரு நாளும் நிறுத்திவிடுவீர்கள். அல்லது உங்களுக்கு இடையிடையே வருகிற நட்டங்களையும் தாண்டி, அந்த அளவு லாபம் செய்வதற்காக நீங்கள் தொடர்ந்து டிரேடு செய்வீர்கள். லாபம் வந்ததும் நிறுத்திவிடுவீர்கள்.

இப்படித்தான் நீங்கள் சொல்வதை நான் புரிந்துகொள்கிறேன் சரிதானா?'

சரி என்பது போல தல தலையாட்டினார்கள்.

"அப்படியென்றால், நீங்கள் லாபம் வரும்வரை ஒவ்வொரு நாளும் போதுமான ட்ரேடுகள் செய்யவேண்டும். சரிதானா?"

"இது எப்படி டிசிப்ளின் ஆகும்? இப்படிப்பட்ட டிசிப்ளினால் என்ன பயன்?"

அமைதியாக இருந்தார்கள்.

"எல்லா நாட்களிலும் செய்யும் டிரேடுகள் லாபத்தில் முடியாது. தவிர, எல்லா ட்ரேடுகளும் லாபத்தில் முடியாது. நட்டத்தை சரிசெய்ய கூடுதல் டிரேடுகள் செய்ய மனிதர்கள் தூண்டடப்படுவது இயல்பு.

டிரேடுகள் வேண்டுமானால் கூடுதலாக செய்யலாமே தவிர, டிரேடுகளில் வரக்கூடிய லாப நட்ட விகிதாச்சாரம் என்பதில் மாற்றம் வரும் என்று உறுதியாகச் சொல்ல முடியாது.

குறிப்பிட்ட அளவோடு டிரேடிங்கை தினசரி நிறுத்திக்கொள்வது டிசிப்ளின் என்றும் அதன் மூலம் தொடர்ந்து லாபம் செய்து, வேலைக்குப் போகாமலே சம்பளம் அல்லது சம்பளத்தைக் காட்டிலும் கூடுதலாக சம்பாதிக்கலாம் என்பதெல்லாம் சாத்தியம் இல்லாதவை.

ஒட்டுமொத்த சந்தை, அதன் குறியீட்டு எண் அல்லது ஒரு குறிப்பிட்ட பங்கின் விலை ஆகியவற்றின் ஏற்ற காலம் (அப் ட்ரெண்ட்) அல்லது இறக்க காலம் (டவுன் டிரெண்ட்)

ஆகியவற்றைச் சரியாகக் கண்டுபிடித்து, அந்த டிரெண்டின் ஆரம்பத்தில் டிரேடுகள் செய்ய ஆரம்பித்து, அந்த ட்ரெண்ட் மாறுவதற்குள் டிரேடுகளை நிறுத்திக்கொள்வது ஓரளவிற்கு லாப நட்ட விகிதாசாரத்தை மாற்ற உதவும்.

ஆனால், அப்படி கண்டுபிடிப்பதும், சரியாகச் செய்வதும் அத்தனை எளிதானதல்ல. எல்லோராலும் முடியாது.

காரணம், டிரெண்ட் எப்போது ஆரம்பிக்கிறது, எப்போது முடிகிறது என்பதை டெக்னிக்கல் அனாலிசிஸ் மூலம் முன்கூட்டித் தெரிந்துகொள்ள முடியும் என்றாலும் கூட, எல்லா சமயங்களிலும் அவர்களாலும் சரியாக கணிக்க இயலாது. வல்லுனர்களுக்கே அதில் அடி சறுக்குகிறது.

இப்படியாக டிரேடராக அல்லது டிரேடிங் செய்யும் 'ஜாபர்' அல்லது 'ஜாப் டிரேடிங்' செய்பவராக மாறியவர்கள், ஒரு சில மாதங்களில் கையில் இருக்கிற பணம் கரைந்து, ஒன்று, 'போர்தும்.. இனி முடியாது' என்று வெளியேறுவார்கள். அல்லது, கூடுதல் பணத்தைக் கொண்டு வந்து மேலும் கரைப்பார்கள்.

முதலீடுகள் ஒப்பீட்டளவில் நிச்சய வெற்றி

பங்குச் சந்தையில், நீண்ட கால முதலீடுகள் நிச்சயம் லாபம் கொடுக்கும். சரியான தேர்வுகள், உணர்ச்சிகளுக்கு இடம் கொடுத்து, இடையில் விட்டு விடாமல் காத்திருந்தால்.

அனைத்திற்குப் பிறகும், டிரேடிங் செய்யவேண்டும் என்று முடிவெடுத்தால், அதற்கு ஒரு திட்டம் வகுத்துக்கொள்ளுங்கள். திட்டத்தைக் கடைப்பிடியுங்கள். என்ன லாபம் என்ன நட்டம் என்பதை அவ்வப்போது பார்க்காதீர்கள். தேர்ந்து வாங்கிவிட்டால் கொஞ்சம் நேரம் கொடுங்கள்.

டிரேடர்களுக்கு சில ஆலோசனைகள்

1. இதுவரை நீங்கள் செய்திருக்கிற வர்த்தகங்களை ஆராய்ந்து பாருங்கள்.

- ✓ *எப்படிப்பட்ட தூண்டுதல்களால் (TRIGERS) வாங்குகிறீர்கள்?*

✓ எப்படிப்பட்ட தூண்டுதல்களால் விற்கிறீர்கள்?

✓ அந்த முடிவுகளால் உங்களுக்கு ஏற்பட்டது லாபமா நட்டமா?

✓ நீங்கள் வாங்கிய பிறகு அல்லது விற்றபின் அந்த விலை என்ன ஆகிறது?

இப்படி ஆராய்வதன் மூலம், உங்களுடைய வழக்கமான செயல்முறைகள் (பேட்டர்ன்) என்ன என்பது குறித்து ஒரு புரிதல் கிடைக்கும்.

2. அதை வைத்து, இனி எப்போதும், 'எதைச் செய்யலாம்? எதைச் செய்யக்கூடாது?' என்று உங்களுக்கான ஓர் வழிகாட்டுதலை உருவாக்கி (SOB) எழுதுங்கள்.

3. ஒரு நாளில். ஒரே நேரம், ஒரு பங்கில், ஒரு இண்டெக்சில் என எல்லாவற்றுக்கும் எவ்வளவு மட்டும், எதற்கு மேல் இல்லை என்பதை சிந்தித்து முடிவுசெய்து வைத்துக்கொள்ளுங்கள். அதையும் எழுதி வைத்துக்கொள்ளுங்கள்.

4. எழுதிய தாள்களை உங்கள் டிரேடிங் கம்ப்யூட்டருக்கு மேல், எங்காவது கண்ணில் படும் விதம் ஒட்டி வைத்துக் கொள்ளுங்கள்.

5. எந்த ஒரு 'பை' அல்லது 'செல்' ஆர்டர் போடுவதற்கு முன்பும் ஓர் சடங்கு போல, அதை ஒரு முறை பாருங்கள். (டிசிப்ளின்)

6. அதைத் தவறாமல் கடைப்பிடியுங்கள்.

7. பங்குச் சந்தை மட்டுமே பணம் பண்ணுவதற்கான இடம் இல்லை. உங்கள் பணத்தை தங்கம், வெள்ளி, இடம், வீடு, டெபாசிட் எனப் பிரித்துப் போடுங்கள். ஒரு பகுதி மட்டுமே பங்குச் சந்தைக்குக் கொண்டு வாருங்கள்.

8. நல்ல லாபங்கள் இருந்தால், அந்தத் தொகைகளை வெளியே எடுத்துவிடுங்கள். நீங்கள் முன்பு முடிவு செய்து கொண்ட அதே அளவுத் தொகையோடு உங்களுடைய பங்குச் சந்தைப் பயணத்தைத் தொடருங்கள்.

9. உங்களுடைய முதலீடு டிரேடிங் செய்ததில் 25% க்கு அதிகமாகக் காணாமல் போய்விட்டால், நீங்கள் ஒரு இடைவெளி எடுத்துக் கொள்ளுங்கள்.

10. டிரேடிங் செய்ததில் நீங்கள் போட்ட பணம் 40% அதிகமாகக் காணாமல் போய்விட்டால், நீங்கள் பங்குச்சந்தையில் இருந்து விலகி விடுங்கள். பிறகு பார்த்துக்கொள்ளலாம்.

வாழ்த்துகள்

டாக்டர் சோம வள்ளியப்பன்

எழுத்தாளர், சொற்பொழிவாளர், பயிற்றுனர், நிர்வாக ஆலோசகர், சென்னை.

டாக்டர் சோம வள்ளியப்பன் அள்ள அள்ளப் பணம் (10 பாகங்கள்), இட்லியாக இருங்கள் (5 புத்தகங்கள்), ஆளப்பிறந்தவர் நீங்கள், நாட்டுக்கணக்கு (2) உள்பட தமிழில் 90 புத்தகங்களும் ஆங்கிலத்தில் 5 புத்தகங்களும் எழுதியிருக்கிறார். *You Vs You* புத்தகத்திற்காக புகழ்பெற்ற ISTD பரிசு பெற்றவர். தமிழ்நாடு அரசின் சிறந்த எழுத்தாளர் பரிசு, கவிதை உறவு பரிசு, நெய்வேலி புத்தக கண்காட்சி சிறந்த எழுத்தாளர் பரிசு, பாரதி தமிழ் இலக்கிய பேரவை பரிசு, சிறுகதைக்கான இலக்கியபீடம் பரிசு, திருப்பூர் தமிழ் சங்கத்தின் சிறந்த இலக்கிய படைப்பு பரிசு (2025) ஆகியவை இவர் எழுத்திற்கு கிடைத்திருக்கும் அங்கீகாரங்களில் சில. 'மேனேஜ்மெண்ட் குரு கம்பன்' என்ற கம்பராமாயணம் குறித்த இவரது நூல் சிறந்த ஆய்வு நூல் என்று பலராலும் பாராட்டப்பட்டது.

ஆனந்த விகடன், நாணயம் விகடன், குமுதம், குமுதம் சினேகிதி, கல்கி, அமுதபுரபி, புதிய தலைமுறை, சாவி, குங்குமம், மங்கையர்மலர், ராணி உள்ளிட்ட பல முன்னணி தமிழ் மாத வார இதழ்களில் 23 தொடர்களும், தினமணி, தினத்தந்தி,

தினகரன், தமிழ் இந்து ஆகிய தினசரிகளில் நூற்றுக்கும் மேற்பட்ட கட்டுரைகளும் எழுதியிருக்கிறார்.

எமோஷனல் இன்டெல்ஜென்ஸ்சில் ஆறு ஆண்டுகள் ஆய்வு செய்து, சென்னைப் பல்கலைகழகத்தில் பி.எச்.டி. பட்டம் பெற்றதுடன், *NF NLP, USA* யின் 'நியுரோ லிங்விஸ்டிக் புரோகிராம்' ன் சர்டிபைடு மாஸ்டர் பிராக்ஷ்டினராகவும் இருக்கிறார்.

மனித வளத்துறையில் *BHEL*, பெப்சிகோ, வேர்ல்பூல் உள்ளிட்ட நிறுவனங்களில் *25* ஆண்டுகாலம் பணியாற்றிவிட்டு, *2012* முதல் பல்வேறு நிறுவனங்களுக்கு நிர்வாக ஆலோசகராக சென்னையில் இருந்து பணியாற்றுகிறார்.

*600*க்கும் அதிகமான முழுநாள் பயிற்சி வகுப்புகள் நடத்தியிருக்கும் இவர், கார்பரேட்கள், கல்லூரிகள், முதலீட்டாளர்கள், அமைப்புகளில் பயிற்சி வகுப்புகள் நடத்துவது, பேசுவது தவிர, தமிழின் பெரும்பாலான தொலைகாட்சிகள் நடத்தும் விவாதங்களிலும் பங்கேற்கிறார்.

சூரியன் எப் எம், ஹலோ எப் எம், மிர்ச்சி, ரேடியோ சிட்டி, சிங்கப்பூர் ஒலி வானொலிகளிலும், கலாட்டா, ஆரோயுட்ஸ், நியூஸ்கிளிட்ஸ், பிகைண்ட்யுட்ஸ், அந்திமழை, குமுதம் உள்பட பல்வேறு யுடியூப் சேனலிலும் தொடர்ந்து அவரது கருத்துகளைப் பகிர்ந்து வருகிறார்.

Soma Valliappan என்ற யூ டியூப் சேனலில் இவரது பேச்சுகளைக் கேட்கலாம்.

மேல் விவரங்களுக்கு: *www,writersomavalliappan.in*

தொடர்புக்கு: *writersomavalliappan@gmail.com*

ஆசிரியரின் பிற நூல்கள்

சிறுகதை, நாவல்

1. பட்டாம்பூச்சிகளின் கண்ணாமூச்சிக்காலம் (குறுநாவல்)
2. நெஞ்சமெல்லாம் நீ (Short Stories)
3. ஜெமினி சர்க்கிள் "
4. திர்காயுசு "
5. பைவ் ஸ்டார் டிப்ஸ் "
6. திட்டம் 6 (நாவல்)
7. தலைமுறைகள் (சிறுகதைகள்)

நிர்வாகம்

1. காலம் உங்கள் காலடியில்
2. நேரத்தை உரமாக்கு (Time Mgt)
3. சிறந்த நிர்வாகி ஆவது எப்படி
4. உலகம் உன் வசம் (Communication)
5. உறுதிமட்டுமே வேண்டும் (Commitment)
6. முன்னேற்றம் இந்தப் பக்கம் (Goal Setting) rs 100
7. தள்ளு - மோட்டிவேஷன் நீங்கள் விரும்பும் வேலையை வென்றெடுப்பது எப்படி
8. எல்லோரும் வல்லவரே
9. நம்பர் 1 சேல்ஸ்மேன் (Sales)
10. இட்லியாக இருங்கள் (Emotional Intelligence)
11. எமோஷனல் இன்டெலிஜென்ஸ் 2.0
12. ரசவாதம் - எதிலும் பெரும் வெற்றி பெற - NLP
13. You Vs You (Emotional Intelligence in English - ISTD Prize winner) (ஆங்கிலம்)
14. ஆளப்பிறந்தவர் நீங்கள் (Leadership)
15. மேனேஜ்மெண்ட் குரு கம்பன்
16. சொல்லி அடி
17. நான் பேச நினைப்பதெல்லாம் - கண்ணதாசன் பாடல்களில் மேனேஜ்மெண்ட்

மாணவர்களுக்கு

1. நீங்கள் விரும்பும் வேலையை வென்றெடுப்பது எப்படி
2. திட்டமிடுவோம் வெற்றிபெறுவோம்
3. டீன் தரிகிட *For Youth*
4. மன அழுத்தம் விரட்டலாமா - *Stress Management*
5. நீங்கள் அசாதாரணமானவர்
6. இந்த முறை நீதான் - *10th and 12th students*
7. *You are Extraordinary* (ஆங்கிலம்)
8. எண்ணிய முடிதல் வேண்டும்
9. சிவப்பு நிற மிதிவண்டி - கதை வழி குடும்ப பொருளாதாரம்

பொருளாதாரம், வியாபாரம்

1. நாட்டுக் கணக்கு *(Economics explained in simple manner)*
2. நாட்டுக் கணக்கு - 2 (இந்திய பொருளாதாரம் - அன்றும் இன்றும்)
3. வியாபாரத்தில் வெற்றி - தொட்டதெல்லாம் பொன்னாகும்
4. எந்தத் தொழிலிலும் ஜெயிக்கலாம் *(Business)*
5. நேர்மையாய் சம்பாதிக்க இவ்வளவு வழிகளா *(Business)*
6. கொஞ்சம் பொருளாதாரம்
7. அதிர்ந்த இந்தியா
8. பொருளாதாரம் - நாட்டிலும் வீட்டிலும்

வாழ்க்கை, உறவுகள்

1. காதல் முதல் திருமணம் வரை
2. மகிழ்ச்சியாக வாழுங்கள்
3. நல்ல மனம் வாழ்க - *CSR - Individuals 65*
4. அப்பா மகன் - நெருக்கமும் நெருடல்களும்
5. உறவுகள் மேம்பட *(People Management)*

சுயமுன்னேற்றம்

1. தடையேதுமில்லை - *Expanded*
2. உஷார் உள்ளே பார்; *(About Mind)*

3. சொல்லாததையும் செய்
4. மனதோடு ஒரு சிட்டிங் (Mind)
5. யார் நீ? (Personality Developer)
6. உயர உயர
7. உடல் மனம் புத்தி
8. சிக்ஸர் நிர்வாக உத்திகள்
9. உச்சம் தொடு - இவ்வளவுதானா நீ
10. சின்ன தூண்டில் பெரிய மீன்
11. நல்லதாக நாலு வார்த்தை
12. மேன்மை கொள்
13. கவனத்தில் கவனம்
14. Unlock your Mind (ஆங்கிலம்)
15. நேர்பட பேசு
16. சொல்லாததையும் செய் (ஆங்கிலம்)

பங்குச்சந்தை

1. அள்ள அள்ளப் பணம் 1 (About Share market)
2. அள்ள அள்ளப் பணம் 2 (About Share market)
3. அள்ள அள்ளப் பணம் 3 (About Share market)
4. அள்ள அள்ளப் பணம் 4 (About Share market)
5. அள்ள அள்ளப் பணம் 5 (About Share market)
6. அள்ள அள்ளப் பணம் 6 (Mutual funds)
7. பங்குச் சந்தை என்றால் என்ன
8. ஆட்டமா சூதாட்டமா? ஷேர் மார்க்கெட் சீக்ரெட்ஸ்
9. Bulls and Bears - All about Shares
10. Share Bazaar Secrets - Hindi
11. பங்குகளில் பணம்
12. அள்ள அள்ளப் பணம் 10-SIP-செல்வம் சேர்க்க நிச்சய வழி
13. பங்குச் சந்தை - சில குறிப்புகள்
14. Way to wealth - Shares - MFs-SIP (ஆங்கிலம்)
15. பங்குச் சந்தைகளில் - ஆசை, பயம், ஏமாற்றல்கள்

www.ingramcontent.com/pod-product-compliance
Lightning Source LLC
La Vergne TN
LVHW090405051026
849518LV00006B/2242
* 9 7 8 9 3 4 7 2 0 6 5 4 2 *